நீளிடைக் கங்குல்

ராஜி வாஞ்சி

படைப்பு பதிப்பகம்
#8, மதுரை வீரன் நகர்
கூத்தப்பாக்கம்
கடலூர் - தமிழ்நாடு
607 002
94893 75575

நூல் பெயர்	:	நீளிடைக் கங்குல் (கட்டுரைகள்)
ஆசிரியர்	:	ராஜி வாஞ்சி
பதிப்பு	:	முதற்பதிப்பு 2020
பக்கங்கள்	:	84
வடிவமைப்பு	:	முகம்மது புலவர் மீரான்
அட்டைப்படம்	:	ரவிபேலட்
வெளியீட்டகம்	:	இலக்கிய படைப்பு குழுமம்
அச்சிடல்	:	படைப்பு மீடியா நெட்வொர்க்ஸ், சென்னை
வெளியீடு	:	படைப்பு பதிப்பகம்
பதிப்பாளர்	:	ஜின்னா அஸ்மி
விலை	:	ரூ 100

Title	:	Neelidai Kangul (Article)
Author	:	Raji Vanchi
Edition	:	First Edition - 2020
Pages	:	84
Printed by	:	Padaippu Media Networks, Chennai
Publishing Agency	:	Ilakkiya Padaippu Kuzhumam
Published by	:	Padaippu Pathippagam
Website	:	www.padaippu.com
E-mail	:	admin@padaippu.com
ISBN	:	978-81-950764-6-8
Price	:	₹ 100

பதிப்புரை

ஜின்னா அஸ்மி
பதிப்பாளர்

ஆதியில், கலையும் தொழிலும் வீரத்தை மையமாக வைத்துப் படர்ந்தன என்றால், இலக்கியமும் எழுத்தும் அறிவைச் சார்ந்து மலர்ந்தன என்பதில் இவ்வுலகத்திற்கு பெருவியப்பைத் தந்தது தமிழ் மொழி. வாழ்க்கையும் வீரமும் பிரியாமல் ஒன்றி இணைந்திருந்த காலத்தில்கூட வாழ்க்கை வகைகளிலெல்லாம் இலக்கிய உணர்வு புகுந்து விளையாடும் அளவுக்கு இலக்கியங்கள் நூல்களாக உருவாயின. அக்கால மனிதர்களுக்கு வீரமும் குலத்தொழில் மட்டுமே லட்சியக்கனவோடு நின்றுவிடவில்லை. இவர்களுடைய அணிகளும் ஆடைகளும், விருந்தும் விழாவும், கதையாகவும் கவிதையாகவும், சங்க இலக்கியப் பாடல்களாகவும் வாழ்வின் உணர்வோடு ஒட்டியே வளர்ந்தன. வீரதீர நிகழ்ச்சிகளில்கூட இந்தக் கலைநயமிக்க இலக்கிய நிகழ்ச்சிகளுக்கு அதிக மதிப்பு அளிக்கப்பட்டது. அதன் பயனாக, வாழ்ந்த மக்களைப் பற்றியும் அவர்களின் வாழ்வியல் முறைகளைப் பற்றியும் பல இலக்கிய நூல்கள் தோன்றின. சாமானிய மனிதனால் செய்யமுடியாத வீரச் செயல்களை, அற்புதங்களை எல்லாம் இலக்கியம் இலகுவாக செய்தது. இன்று நம்மிடையே மன்னர்களைப் பற்றியும், வீரர்களைப் பற்றியும், புலவர்களைப் பற்றியும், அக்கால மக்களைப் பற்றியும் அவர்களுடன் பின்னிப் பிணைந்திருந்த சமூக, கலாச்சாரம் பற்றியும் எடுத்துச் சொல்லவும், எது வரலாற்று உண்மை, எது கற்பனைக் கதை என்று வேறு பிரித்துப் பார்க்கவும் சங்க இலக்கியமே சாட்சியானது. அப்படிப்பட்ட சங்க இலக்கியத்தில், அறக் கருத்துகளையும் வாழ்வியல் விழுமியங்களையும் உள்ளடக்கிய தொகுப்பே 'நீளிடை கங்குல்' நூல். உணர்வுகள் பேசும் சங்க இலக்கியப் பொதிவுகள் சாமானியருக்கும் எட்டும்வகையில் எளிமைப்படுத்திச் சொல்லியிருப்பதே இந்நூலின் பலம்.

தமிழகத்தின் புதுக்கோட்டையைப் பிறப்பிடமாகவும், அமெரிக்காவின் ஹூஸ்டன் மாநகரை வசிப்பிடமாகவும் கொண்ட படைப்பாளி ராஜி வாஞ்சி அவர்களுக்கு இது, முதல் நூல். இவர், இன்றைய இலக்கிய உலகிலும், பத்திரிகை மற்றும் இதழ்களிலும் தன் படைப்புகளால் நன்கு அறியப்பட்டவர். மேலும் ஹூஸ்டன் மாநகரின் முதல் தமிழ்ச் சங்கமான பாரதி கலை மன்றத்தின் இலக்கிய இயக்குநராகவும், தமிழ்ச்சாரல் இதழின் ஆசிரியப் பொறுப்பிலும் இருக்கிறார். இவர் எழுதிய ஹைக்கூ ஒன்று சிவகாசி அய்ய நாடார்-ஜானகிஅம்மாள் கல்லூரியில் பாடத் திட்டத்தில் சேர்க்கப்பட்டுள்ளது என்பது குறிப்பிடத்தக்கது.

நீளிடைக் கங்குல்
ராஜி வாஞ்சி

எமது படைப்பு பதிப்பகத்தின் மூலமாகத் தனது நூலை வெளியிட முன் வந்த படைப்பாளி ராஜி வாஞ்சி அவர்களுக்கும், வாழ்த்துரை வழங்கிய தமிழ்ப் பேராசான் இலக்குவனார் ஐயாவின் மகளான முனைவர் இ.மதியழகி அவர்களுக்கும், எழுத்தாளர் கரிகாலன் அவர்களுக்கும், திருமதி ராகினி ரவிச்சந்திரன் அவர்களுக்கும், அணிந்துரை வழங்கிய திரு முத்து வெங்கட்ராமன் அவர்களுக்கும், அட்டைப்படம் வடிவமைத்த ஓவியர் ரவிபேலட் அவர்களுக்கும், நூல் வடிவமைத்த படைப்பாளி முகம்மது புலவர் மீரான் அவர்களுக்கும் மற்றும் இந்நூல் வெளிவர உதவிய அனைவருக்கும் படைப்புக் குழுமம் தனது நன்றியைத் தெரிவித்துக் கொள்கிறது.

வளர்வோம்! வளர்ப்போம்!   படைப்பு குழுமம்

வாசிப்பை, சுவாசிப்பு எனச் சொல்லிக் கொடுக்காமல் செயலில் காண்பித்து, இலக்கியச்சுவை அறியச் செய்த அம்மா திருமதி.சரசுவதி மூர்த்திக்கும், அப்பா திரு.ஆர்.பி.ஆர்.மூர்த்திக்கும் அன்பான அர்ப்பணிப்பாக அரும்புகிறது இந்நூல்.

அணிந்துரை

அமெரிக்கவாழ் தமிழ் எழுத்தாளர் கவிஞர் ராஜி வாஞ்சி அவர்கள், 'நீளிடைக் கங்குல்' என்றொரு அருமையான நூலை நமக்கு இன்று வழங்கியுள்ளார். திரைக்கடல் கடந்து அமெரிக்காவில் குடியேறி பல வருடங்கள் ஆன பின்னரும் தம் தாய்மொழியையும், அதன் மாண்புகளையும் மறவாமல் அவரும், அவர்தம் அருமைத் துணைவர் கவிஞர் வாஞ்சி கோவிந்தும் பல கவிதைகளை தொகுப்பு நூல்களில் பதிப்பித்துள்ளனர். கம்ப ராமாயணத்தில் பால காண்டத்தையும் மற்றும் பல சங்க இலக்கியப் பனுவல்களையும் பழந்தமிழ் பாடல் வடிவிலிருந்து எளிய இயற்றமிழுக்கு எளிமைப்படுத்தியுள்ளனர். அவை, வரும் தலைமுறையினர் படித்துப் பயன் பெறும் வண்ணம் அமைந்துள்ளன. தமிழ் இலக்கிய உலகிற்காக தங்கள் சிறப்பான சேவையை இவ்வண்ணம் செய்து வருகின்றனர்.

உலகின் சிறந்த மொழிகளை எல்லாம் பட்டியலிட்டால், அதில் தமிழுக்கு முதலிடம் என்பதில் எள்ளளவும் ஐயமில்லை. அத்தகு தமிழில், சிறந்த பொருள் இலக்கணத்தில் வரும் முக்கியப் பகுதிகளாக வருபவை அகப்பொருள் மற்றும் புறப்பொருள் இலக்கணங்கள். அவற்றைச் சொல்லும் நூல்களும், இலக்கியமாக அமைந்த பனுவல்களும் தமிழில் பல உள்ளன. அப்படிச் சிறப்புமிக்க சங்க இலக்கிய நூல்களான அகநானூறு, புறநானூறு, கலித்தொகை, குறுந்தொகை, ஐங்குறுநூறு, திருமுருகாற்றுப்படை, பெரும்பாணாற்றுப்படை ஆகியவற்றில் இருந்து தமிழ்கூறும் நல்லுலகின் அடிப்படையான சமூகம் மற்றும் தனிமனித அறம்சார்ந்த விஷயங்களை, தனக்கே உரித்தான விதத்தில் மிக அழகாக, எளிமையாக மற்றும் தற்கால வாழ்வியல் சூழல் மற்றும் காட்சிகளுடன் தொடர்புபடுத்திப் படைத்திருக்கிறார்.

இன்னும் அழகாகச் சொல்லவேண்டுமென்றால், கவிஞர் ராஜி அவர்கள், வாசகர்களை தன் மனோரதம் என்ற காலக்கருவியில் (டைம் மிஷின்) ஏற்றிக்கொண்டு, தற்காலத்திற்கும் சங்ககாலத்திற்குமாக அதிவேகப் பயணத்தில் நம்மை அழைத்துச் சென்று, மீண்டும் நம்மை தொடக்கப்புள்ளியில் விட்டு விடுகிறார். ஆனால் நாம் மீண்டும் சுயவுணர்வு பெற்று, இருக்கையில் நிமிர்ந்து அமரும் பொழுது, தமிழ்கூறும் நல்லறங்களை நம் உள்ளங்களிலே விதைத்து விட்டுச் சென்றிருப்பதை உணரமுடிகிறது.

இனி இந்த நூலில், இன்பமும் துன்பமும் ஒற்றைச் சடைபோல பின்னிப் பிணைந்திருக்கும் இந்த வாழ்வை எப்படி எதிர்கொள்வதென விளக்குவதானாலும் சரி...

நீளிடைக் கங்குல்

இன்றைய வெகு விமரிசையான 'பிரியாணி' எனும் உணவு தமிழர்க்கொன்றும் புதியதல்ல என்பதை வெகு எதார்த்தமாக, சங்க இலக்கிய ஆதாரங்களுடன் 'வாராது அட்ட வாடூன் புழுக்கலை', தமிழர்களே மறந்து விட்ட வார்த்தை அடுக்குகளிலிருந்து மீட்டுக் கொண்டு வந்ததுடன், அதனூடே தமிழர் வாழ்வியல் அறமான 'பகுத்துண்டு பல்லுயிர் ஓம்புதல்' என்பதை விளக்குவதானாலும் சரி...

வெகுஜனங்களின் 'தலை'யாய பிரச்சனையான நரைமுடி பிரச்சனையைப் பற்றி இயல்பாக விவரிக்கையிலும் சங்கத்தமிழ் சமூகம், எப்படி அறம்சூழ் சமூகமாக விளங்கிற்று என்பதை பிசிராந்தையார் கதையின் மூலம் கூறுவதானாலும் சரி...

மனித குலம் நாகரிகம் அடைந்து இன்று வரையுள்ள காலகட்டம் வரை தோன்றி மறைந்த பல்வேறு தொழில்கள், அவற்றை செய்து வந்த தொழிலாளர்கள், அவர்களுள் ஒருவரான 'காரோடன்' என, காலமாற்றத்தை அச்சாணியாகக் கொண்டோடும் காலச் சக்கரத்திற்கு இசைவாக, மாற்றமெனும் மடைமாற்றம் ஏற்கும் நல்லுயிர் நலம் பெறும், அல்லாதவை அல்லலுறும் (survival of the fittest) என்ற இயங்கு உலகின் உண்மையை 'நச்'சென்று உடைத்து வைக்கும் போதும் சரி...

வீரத்தை எவர், எப்படி வரையறுப்பினும் வண்டமிழ் உலகு வரையறுக்கும் வன்மை, வீரம் என்பது வெறும் தோள் வலிமை மற்றும் வாள் வலிமையுடன் நிற்பதில்லை. அதையும் தாண்டி, அன்பையும் சுயக்கட்டுப்பாட்டையும் அதன் அடிப்படையாக வரைந்துள்ளது. இதை ஒரு செந்நாயின் கருணையினைக் கொண்டு எடுத்துரைப்பதானாலும் சரி...

அன்று முதல் இன்று வரை, உலகளாவிய மனிதர்களை பாடாய்ப்படுத்தும் பேய்களைப் பற்றி அச்சம் எப்படியெல்லாம் பரிணாமம் எடுத்திருப்பினும் அறிவியலுக்கும், ஆன்மீகத்திற்கும், பகுத்தறிவிற்கும் சவால் விடும் மனமென்னும் பேயைப் பற்றி குறிப்பிடுவதானாலும் சரி...

மனிதர்கள் மனிதர்கள் மேல் வைக்கின்ற அன்பைக் கடந்து, மனிதர்கள் விலங்குகள் மேல் செலுத்துகின்ற சீவகாருண்யம் என்று வரும் பொழுது, நம் சங்கத் தமிழர்கள் உலகில் எவர்க்கும் சளைத்தவர்கள் அல்லர் என்பதை 'ஆதீண்டு குற்றியை' வைத்து நிறுவும் பொழுதானாலும் சரி...

நீளிடைக் கங்குல்
ராஜி வாஞ்சி

இந்நூலின் ஒவ்வொரு அத்தியாயத்திலும், தமிழர்களின் அகம், புறம்சார் வாழ்வு, அன்பும் அறமும் சூழ்ந்தது என்பதைத் தெளிவான ஆதாரங்களுடன் எளிமையாக விளக்கப்பட்டுள்ளது.

தியாகம் என்று வரும் பொழுது, எந்தக் காலகட்டத்திலும் உலகின் எந்த இடத்திலும் பெண்மையே தன் சுயவிருப்பத்திற்கு எதிராக பலியிடப்படுகிறது என்பதையும், அதனை மாற்றக் கோரும் 'மறு பார்வை'யின் தேவையையும் ஒரு கேள்வியாக முன் வைக்கிறார்.

இனி விடுபட்டது நீளிடைக் கங்குல். அதன் பொருளையும் அதனுடன் கூடிய விஷயங்களையும் படித்து ரசிக்கவும், அதனை உங்கள் ஆர்வத்திற்கே விட்டு விடுகிறேன்.

இந்த நூலிலிருந்து மூன்று விதமான பயன்களை நிச்சயம் நீங்கள் பெறுவீர்கள் என நம்புகிறேன். முதலாவதாக, மனம் நுண்நிலையை எட்டிப் பார்க்கும். மெல்ல மென்மையாகும். ஆம். நாம் வாழும் பரபரப்பான வாழ்க்கை முறை, படிக்கும்போதே மனதை நெருடும் அசௌகரியமான மற்றும் மனத்தை பதைக்க வைக்கும் செய்திகள், அநேக எதிர்மறையான கருத்துகளைப் பரப்பும் சமூக வலைத்தளங்கள் என, நம்மைச் சுற்றியிருக்கும் இந்த வாழ்க்கைச் சூறாவளியில், நீங்கள் மிக அமைதியுடனும் ஆனந்தமாகவும் படித்து ரசிக்கவும் உங்கள் மனதை மென்மைப்படுத்தவும் இந்த நூல் உதவும்.

இரண்டாவதாக, புதிய தமிழ்ச்சொற்கள் அதனோடு தொடர்புடைய பற்பல வியத்தகு செய்திகளை மிக எளிதாகப் படித்துணர முடியும்.

மூன்றாவதாக, இந்த நூலினை படித்து முடிக்கும் பொழுது, நமது பழந்தமிழ் முன்னோர்களையும் அவர்கள் கடைப்பிடித்து வந்த தமிழ்க் கலாச்சாரத்தின் மீதும் உங்களுக்குப் பெருமதிப்பு ஏற்படுவதுடன், நம் பழந்தமிழ் மரபணுக்கள் புத்துயிர் பெற்று அன்பு, ஈகை, வீரம் மற்றும் நற்றமிழ் கூறும் நல்லறங்கள் பல நம் சிந்தையில் நிலை நிற்கும். இதைப் போன்று இன்னும் பல படைப்புகளை கவிஞர் ராஜி அவர்கள் படைத்திட விழைகிறோம். வாழ்த்துகள்.

சீ.முத்து வெங்கட்ராமன் M.com., PGDBM., M.B.A.,
பன்னாட்டுப் பிரதிநிதி - படைப்புக் குழுமம்
அமெரிக்கா மற்றும் கனடா
வட அமெரிக்கா

வாழ்த்துரை

நீளிடைக் கங்குல் - சங்க காலமும் சமகாலமும்

'பிறநாட்டு நல்லறிஞர்
சாத்திரங்கள் தமிழ்மொழியிற்
பெயர்த்தல் வேண்டும்
இறவாத புகழுடைய
புதுநூல்கள் தமிழ்மொழியில்
இயற்றல் வேண்டும்'

- எனும் பாரதியின் கனவை நனவாக்கும் புதுமைப் பெண், கவிஞர் ராஜி வாஞ்சி.

சங்கத் தமிழினை எளிய நடையில், சமகால இலக்கிய நடையில் இயற்றி புதிய படைப்பிலக்கியத்தினைத் தோற்றுவித்துள்ளார் எனலாம். புது முயற்சி, நன்முயற்சி, தமிழில் பிறர்க்குப் பயன் தரும் வகையில் கவிதைகள் பல இயற்றி, தொகுப்பு நூல்களில் பதிப்பித்து படைப்பிலக்கியத் துறையில் சிறந்து விளங்குகின்றார். இந்நூல் படிப்போர்க்கு, சங்க இலக்கிய நூல்களைப் படிக்கும் ஆர்வத்தினைத் தூண்டும்.

அயல்நாட்டு மோகத்தில் வீழ்ந்து விடாமல், அரிய தமிழ்ப்பணி ஆற்றும் இராஜியின் நற்பணி பாராட்டிற்குரியது. நம் பெருமையினைப் பறைசாற்றும் சங்க நூல்களை அனைவரும் அறிந்து கொள்ள வேண்டும் என்ற உந்துதலில், சங்க இலக்கிய நூல்களை சமகால இலக்கிய நடையில் எழுதியுள்ளார்.

முகநூலினால் நன்மைகளும் உண்டு என்பதனை தம் கவிதைகளால் மெய்ப்பித்து வருகிறார். சிலவகை மரபு பா வகைகளையும், புதுக்கவிதை வகைமையிலே குறும் பா, ஹைக்கூ, சென்ரியூ, கிராமியக் கவிதை, படக் கவிதை எனப் பல்வேறு கவிதை வடிவங்கள் இயற்றுவதில் இவர் சிறந்து விளங்குகின்றார். வடஅமெரிக்கப் பேரவையின் கவியரங்கக் கவிஞரான ராஜி வாஞ்சி தற்போது, அமெரிக்காவின் ஹூஸ்டன் மாநகரில் பாரதி கலை மன்றத்தின் இலக்கிய இயக்குனராகப் பொறுப்பேற்று, சிறந்த தமிழ்ப்பணி ஆற்றும் ராஜியின் பணி மென்மேலும் சிறக்க வாழ்த்துகள்.

முனைவர் **இ.மதியழகி**
கல்லூரி முதல்வர் (ஓய்வு)
இராசேசுவரி வேதாசலம் அரசினர் கலைக் கல்லூரி
செங்கல்பட்டு, தமிழ்நாடு

நீளிடைக் கங்குல்

வாழ்த்துரை

ஒரு சொல் அழிகிற போது கூடவே ஒரு பண்பாடும் அழிகிறது என்பார்கள். சொற்கள் காலத்தின் தேவையால் உருவாகின்றவை. காலத்தால் தேவைப்படாத சொற்கள் மறைவதும், காலத்திற்கேற்ற புதிய சொற்கள் உருவாவதும் தவிர்க்க இயலாதவை. அவ்வகையில், மூவாயிரம் ஆண்டுகள் பழமையுள்ள சங்க இலக்கியச் சொற்களை, சிந்தனையைப் பாதுகாப்பது தமிழரின் கடமையாகிறது.

இன்னொரு பக்கம் இந்தியப் பெருந்தேசியம் ஒற்றைப் பண்பாட்டை கட்டியெழுப்பி மற்றமைகளை அழிக்க முயல்கிறது. இந்நிலையில், தமிழ் போன்ற வளமுடைய மொழியின் ஐந்திணை அடையாளங்களைத் தொடர்ந்து மீளுருவாக்கம் செய்ய வேண்டியுள்ளது.

ஆகவே தான், ஒவ்வொரு காலத்திலும் பழந்தமிழ் பிரதிகளை மறுவாசிப்பு செய்பவர்களும் தோன்றிய வண்ணம் இருக்கிறார்கள். இவர்களை நாம் உரையாசிரியர்கள் என்கிறோம்.

இவ்வகையில், கி.பி.9ஆம் நூற்றாண்டு முதல் 18ஆம் நூற்றாண்டு வரை, உரையாசிரியர்கள் சங்க இலக்கியப் பிரதிகளில் புதைந்து கிடக்கும் பழங்காலத்துக்கு சமகாலத்தின் ஒளியைத் தந்தார்கள். இவ்வாறு இயங்கியவர்கள் வரிசையில் அடியார்க்குநல்லார், அரும்பத உரையாசிரியர், தெய்வச் சிலையார், மணக்குடவர், பரிதி, பரிமேலழகர், பரிப்பெருமாள், காலிங்கர் போன்றோர் குறிப்பிடக்கூடியவர்கள். இன்று இத்தகு உரையாசிரியர்களின் காலமும், சொற்களும் கூட பழசாகி விட்டன. தொடர்பு சாதனங்கள் வலிமையான நிலையில் தமிழர், தம் ஆதி மொழியிலிருந்து விலகி நிற்கின்றனர்.

இந்த நிலையில், சமகாலத் தொனியில் சங்க இலக்கியத்தை வாசித்துக் காட்ட ராஜி வாஞ்சி போன்றோர் நமக்குத் தேவைப்படுகிறார்கள். இவரது 'நீளிடைக் கங்குல்' - சங்க காலமும் சமகாலமும், நூல் சங்க இலக்கிய வாசிப்பை எளிதாக்குகிறது. நம் காலத்துக்கேற்ற புதிய தரவுகளோடு, சுவாரசியத்தையும் பயனையும் அளிப்பதாக இந்நூல் திகழ்கிறது.

சங்க இலக்கியத்தில் நாற்பதுக்கும் மேற்பட்ட பெண் கவிஞர்கள் பாடல்களை இயற்றியுள்ளனர். ஆண்கள் ஒரு பிரதியை அணுகுவதற்கும், பெண்கள் அதைக் கையாள்வதற்கும் நிச்சயம்

வேறுபாடுகள் உள்ளன. இவ்வகையிலும் ராஜி வாஞ்சியின் பார்வை முக்கியத்துவம் பெறுகிறது.

புலியூர்க்கேசிகன், சுஜாதா வரிசையில் சங்க இலக்கியத்தை சமகால ரசனையோடு, அரசியலோடு, பண்பாட்டோடு எளிதாக்கித் தரும் ராஜி வாஞ்சியை வரவேற்போம். வாழ்த்துவோம். வாசிப்போம்.

ஆர்.கரிகாலன்
எழுத்தாளர்

நீளிடைக் கங்குல்
ராஜி வாஞ்சி

வாழ்த்துரை

'நீளிடைக் கங்குல்', வல்லரசு நாட்டின் டெக்சாஸ் மாநிலத்தின் வசந்தகால வர்ணனையுடன் துவங்குகிறது, இந்நூல். நூலாசிரியர் கவிஞர் ராஜி வாஞ்சி தமிழ்நாட்டில், புதுக்கோட்டை மாவட்டத்தில் அறிவுசார் பெற்றோரின் அன்பு மகளாகப் பிறந்து, வளர்ந்து, தன் வாழ்க்கையை அமெரிக்க நாட்டில் வாழ்ந்து வந்தாலும், தமிழ் மொழி மீது கொண்ட தீராத காதலால் தன் வழியை தமிழ் மொழியாக ஆக்கிக் கொண்டுள்ளார் என்பதைக் கூறுவதில் பெருமிதம் அடைகிறேன். அதிலும் சங்கத் தமிழ் மீது ஆசிரியர் கொண்டுள்ள அவா என்பது அளப்பரியது. எனவே தான் முந்தையப் படைப்புகளிலும் சரி, இந்நூல் வடிவிலும் சங்கத் தமிழை முதன்மைப் பொருண்மையாகக் கொண்டு முயன்றுள்ளார். அவருடன் எனது நட்புப் பயணம், கடந்த முப்பது ஆண்டுகள் என்பதில் பேருவகையடைகிறேன். இந்நூலைப் படித்து மகிழ்ந்து, வாழ்த்துரை வடித்திட எனக்குக் கிடைத்த வாய்ப்பு, எனது வாழ்க்கையில் கிடைக்கப் பெற்ற பெரும் பாக்கியமாகவே கருதுகிறேன்.

சில புத்தகங்களை சுவைப்போம், சிலவற்றை அப்படியே விழுங்குவோம், சில புத்தகங்களை மென்று ஜீரணிப்போம் என்பது புத்தகங்கள் வாசிப்புக் குறித்த கணிப்பு. ஆனால் 'நீளிடைக் கங்கு'லின் அனைத்து அத்தியாயங்களையும் நான் சுவைத்து, விழுங்கி ஜீரணித்தேன் என்பதில் மாற்றுக் கருத்தில்லை. எனது தோழி கவிஞர் ராஜி வாஞ்சியின் பேனா முனை காகிதத்தில் பட்டதும், தமிழ் வந்து வசப்பட்டதும், அது வார்த்தைகளாய் வலுப்பெற்றதும் ஒவ்வொரு அத்தியாயத்திலும் மிளிர்வதைக் காணமுடிகிறது.

ஒன்றிரண்டு வார்த்தைகளாய் வாழ்த்துரைத்து முடித்துவிட மனமில்லை. எனவே, ஒவ்வொன்றாய் விளக்கிச் சொல்ல விரும்புகிறேன்.

அல்லன தள்ளிடு – 'நிலையாமை' குறித்த விளக்கம் அழகான ஆரம்பம், படிக்கத் திகட்டா ஆனந்தம்.

வாராது அட்ட வாடூன் - 'கூட்டாஞ்சோறு' கூறும் கூடி வாழும் பண்பின் பெருமை ஆசிரியர் விளக்கியது அருமை.

நரையில்லா நகருண்டோ? – 'நரைக்குத் திரை' போட்டு நடுவயதைக் கடப்பதெப்படி? உதாரணமாய், பிசிராந்தையாரைக் கொண்டு விளக்குவது வியப்பு.

நீளிடைக் கங்குல்

நீளிடைக் கங்குல் - 'பயம்' குறித்து சங்கத் தமிழில் விளம்பியதால் விலகியது அச்சங்கள்.

காரோடன் - காணாமல்போன 'காரோடன்' குறித்த அழகு தமிழ் விளக்கம்.

செந்நாய் ஏற்றை... என்னே கருணை? - காதல் வந்தால் வீரம் வரும், உடன் காதலிக்காக கருணையும் வரும்.

தொட்ட காஞ்சி தொடாக் காஞ்சி - சங்க இலக்கியங்கள் இயம்பும் 'பேயின் நடமாட்டங்கள்' குறித்து விஞ்ஞானம் விடை கூறுமா?

அன்பு சூழ் உலகு - மனிதநேயத்தின் உண்மை மாண்பினை கலித்தொகைப் பாடல் மூலம் மெருகேற்றியுள்ளார் ஆசிரியர்.

முன்றில்... வருவீர் உளரோ? – 'முன்றில்கள்' எனும் திண்ணைகளில் குந்தி மகிழ்ந்து குதூகலமடைகிறது மனம்.

ஓரும் அன்னை - மகளின் செயல்களை உற்று நோக்கும் தாய் மனம்.

ஆதீண்டு குற்றி - ஆநிரைகளின் ஆயாசத்திற்கும் அறம் வளர்த்த தமிழ்ப் பண்பாட்டின் செயல் விளக்கம்.

மகட்பாற்காஞ்சி - சமூகம் காக்கும் பெண்ணினம்; பெண் மனத்தைப் பகடையாக்கும் சமூகம்.

கல்லூரி நாட்களில் நான் கண்ட எழுத்தார்வம் கொண்ட ராஜிக்கும், இன்று நான் காணும் கவிஞர் ராஜி வாஞ்சிக்கும் உள்ள வியக்கத்தக்க வளர்ச்சியினைக் காண்கிறேன். தெளிவான சிந்தனையுடன் எத்தகைய மரபுக் கவிதைகளையும், சங்க இலக்கியங்களையும் எளிய தமிழில் எழுதி விளக்கும் திறன், வளமான தமிழ் நடை, வலிமை மிகுந்த சொல்லாக்கம் என்று எங்கோ நிற்கின்றாய் என் தோழி.

இந்நூல் வாசிப்பு, தமிழின் வழி நடந்து வசந்த காலத்தை சுவாசித்து வந்தது போன்ற உணர்வை எனக்குத் தந்துள்ளது. படிப்பவர் அனைவரும் இவ்வுணர்வையே பெறுவர். சுட்டிக்காட்டியிருக்கும் உதாரணங்களும், உவமைகளும் அனைவர் மனதையும் சுண்டியிழுக்கும் என்பதில் எள்ளளவும் சந்தேகமில்லை.

நீளிடைக் கங்குல்
ராஜி வாஞ்சி

ஓயாத கடல் அலைகளைப் போன்று, நிறம் மாறாத நீலவானம் போன்று, உனது எழுத்துப் பணி தொடர வேண்டும். தமிழன்னை தேடும் தாய்மடி நீயாக வேண்டும் என மனதார வாழ்த்துகிறேன்.

நன்றி வணக்கம்.

என்றென்றும் அன்புடன்
ராகினி இரவிச்சந்திரன், உதவி ஆணையாளர்
உணவுப்பொருள் வழங்கல் மற்றும் நுகர்வோர் பாதுகாப்புத் துறை
சென்னை 600 005. தமிழ்நாடு

என்னுரை

ஒசிந்து ஆடும் மரங்கள் ஓய்வெடுக்கும் முன்பனிக்காலம். அரைக்கண் மோனத்தில் அறிதுயிலில், அழகுப் பூனைக்குட்டியாய் சன்னலோரத் திட்டில் மனம். நுனிப்புல்லில் யாமத்து தேவதைகள் பதித்துச் சென்ற பனித்துளி வைரங்கள். இளஞ்சூடு பரப்பும் அறையில், கண்ணாடிச் சன்னல் வழியே பனித்துளி பார்க்கும் அனுபவம் ஒரு வகை.

ஆனால் அது முழுமையான அனுபவமாக இருக்காது. மெதுவாக கதவின் தாள் நீக்கவும். சில்லென்று முகத்தில் குளிர் தாக்கட்டும். சாரல் தெளிக்கும் பனித்துகள் முழுதாய் மூச்சில் நிறையட்டும். வேகமாய் கைகள் தோள்களின் குறுக்கே பாயட்டும். இப்போது லேசான வெடவெடப்புடன் குனிந்து நுனிப்புல் பனித்துளியைப் பார்த்தால்...

அதில் பிரிதிபலிக்கும் பக்கத்துப் பனையொன்று... துணைக்குத் துளி நீலவானம் இதுவன்றோ அனுபவம்? அதுபோல்தான் இந்நூலின் முகிழ்வு. சங்க இலக்கியம் என்னும் உயர்பனையொன்றின் மொத்தப் பரிமாணத்தையும் சிறு பனித்துளி காட்டும் பிரதிபலிப்பில் காட்டிவிட முடியுமா?

பனையின் அடியாழமும் வேரின் வீரியச் செறிவும் சொல்ல இன்னும் ஆழங்கால் படவேண்டும். அதைக் கூற இணையம் முழுக்க சங்க இலக்கிய ஆய்வுக் கட்டுரைகளும் அறிஞர் உரைகளும் ததும்பி வழிகின்றன. தமிழ் தழைத்தோங்குகிறது. ஆனால் அறியும் ஆர்வமுடையோர் எல்லாம் அறிஞர்கள் அல்லர். இளைய மற்றும் நடுத்தர வயதினர் பலர் சங்க இலக்கியத்தையும் மற்ற பழந்தமிழ் இலக்கியங்களையும் படிக்க ஆர்வம் காட்டுவதை கண்கூடாக பார்க்க முடிகிறது. அதனால் சங்க இலக்கியம் என்பது அனைவரும் அணுகக் கூடியதே என்று உணர்த்துவது தான் இந்த நூலின் நோக்கமாக அமைந்து உள்ளது. உணர்வுகளைப் பேசும் சங்க இலக்கியப் பொதிவுகள் சாமானியருக்கும் எட்ட வேண்டும்.

ஆரம்ப வாசகனுக்கு அளவில்லா ஆர்வமிருக்கும். ஆனால் பதவுரைகளும், பொழிப்புரைகளும், அகலவுரைகளும் அணுக அச்சம் தரும். அதனால் தான் இந்த நூலில் முழுப் பாடலையும் விவரிக்க முயலவில்லை. உணர்வைப் பேசும் அடிகளை சமகால வாழ்வியலோடு இணைத்து எழுத முயற்சி செய்துள்ளேன். உணர்வு என்பதை யாராலும் தன்னுடைய அனுபவங்களுடன் கோர்த்துப் பார்க்க முடியும். அக்கம்பக்கம் நிகழ்வுகளுடன் சேர்த்து

நீளிடைக் கங்குல்

சிந்திக்க முடியும். நயம் சேர்க்க நடுநடுவே, சிறுசிறு வாழ்க்கை சுவாரசியங்களை சங்கச் செய்திகளுடன் தந்துள்ளேன்.

கண்டம் கடந்து போனாலும், கண்ணாடிப் பாத்திரமாய் மனத்தை விரிசல் விழாமல் கையாளவேண்டிய கதைகளுண்டு இதில். குறிஞ்சி, முல்லை, மருதமும் உண்டு. அதை, மக்கள் நன்கு விரும்பிப் படிக்க விதவிதமான சமகால சங்கதிகளுமுண்டு.

இந்நூல் வடிவம் பெற பலரின் ஆர்வமும் ஊக்குவிப்பும் முக்கியக் காரணிகளாக அமைந்துள்ளன. அதில் முதன்மையானவர் கவிஞர் மதுரா. அவரின் அன்பு கூற நன்றியென்ற மூன்றெழுத்தைத் தவிர வேறு சொல்லின்றித் தவிக்கிறேன். அடுத்து, நட்பும் ஆர்வமும் மிகுந்த படைப்பாளிகளின் பங்காளியாக விளக்கும் படைப்பு பதிப்பகத்தின் நிர்வாகி திரு. ஜின்னா அஸ்மி அவர்களின் இலக்கிய ஈடுபாடு, புதிய நூலாசிரியர்களை வழிநடத்துதல் முதலிய பண்புகளுக்கு என் பணிவான நன்றிகள். ஆர்வமாக கட்டுரைகளை படித்துப் பார்த்து வாழ்த்துரை வழங்கிய தமிழ்ப்பேராசான் இலக்குவனார் ஐயாவின் மகளான முனைவர் இ.மதியழகி அவர்களுக்கும், எழுத்தாளர் ஆர்.கரிகாலன் அவர்களுக்கும், தீவிர வாசிப்பாளரான என் கல்லூரித் தோழி திருமதி. ராகினி ரவிச்சந்திரன் அவர்களுக்கும் இதயங்கனிந்த நன்றிகளை உரித்தாக்குகின்றேன். இந்நூலுக்கு மகிழ்வுடன் அணிந்துரை உவந்தளித்த அன்பு நண்பர், இலக்கியப் பேச்சாளர், பரந்துபட்ட வாசிப்பு நேசம்கொண்ட, படைப்புக் குழுமத்தின் கனடா நாட்டுப் பிரதிநிதியுமான திரு. முத்து வெங்கட்ராமன் அவர்களுக்கு சிரம் தாழ்ந்த வணக்கங்களும் நன்றிகளும் கூறிக் கொள்கிறேன்.

இலக்கிய நட்புக்களான முனைவர் சுடர்க்கொடி கண்ணன், திருமதி. லதா குமார், மிச்சிகன், திருமதி. உஷா ரகுராமன், சிகாகோ மற்றும் இளம் இலக்கியப் பேச்சாளர் திரு. பார்த்திபன், ஹூஸ்டன் முதலியோரின் ஆர்வமும் அன்பும் இந்நூல் வடிவம் பெறுவதில் பெரும்பங்கு ஆற்றியமைக்கு அன்பான நன்றிகள் பல. முத்தாய்ப்பாய் என் குடும்பத்தாருக்கு முழுமனதாய் நன்றி கூறக் கடமைப்பட்டுள்ளேன். இலக்கியச் சுவையை அடையாளம் காட்டிய அன்புப் பெற்றோர்களுக்கும், அமெரிக்கா பற்றிய வாசிப்புகளுக்குக் காரணமான என் மகன்கள் ராகுல் மற்றும் ஆதர்ஷுக்கு குதூகல நன்றிகள் பற்பல. குறிப்பாக, என் கணவர் கவிஞர் வாஞ்சி கோவிந்த், எனக்கு எப்போதும் உறுதுணையாக இருப்பதுபோல், இந் நூலாக்கத்திற்கும் துணை நின்றமைக்கு என் மனப்பூர்வமான நன்றிகள்.

அன்புடன்
ராஜி வாஞ்சி
ஹூஸ்டன், டெக்சாஸ், அமெரிக்கா

பொருளடக்கம்

1 அல்லன தள்ளிடு
2 வாராது அட்ட வாடுன்
3 நரையில்லா நகருண்டோ.?
4 நீளிடைக் கங்குல்
5 காரோடன்
6 செந்நாய் ஏற்றை... என்னே கருணை?
7 தொட்ட காஞ்சி... தொடாக் காஞ்சி
8 அன்புசூழ் உலகு
9 முன்றில் வருவீர் உளரோ?
10 ஓரும் அன்னை
11 ஆதீண்டு குற்றி
12 மகட்பாற் காஞ்சி

நீளிடைக் கங்குல்

1 அல்லன தள்ளிடு

மார்ச் மாதப் பின்பகுதி.

டெக்சாஸ் மாநிலம், குளிர்காலத்திற்கு விடை கொடுத்த நேரம்.

செடி கொடிகள், விதைகள் என்று மக்கள், மும்முரமாக சேகரிக்கவும் செப்பனிடவும் தொடங்கும் பருவம். வீட்டின் பின்புறமுள்ள தாராளமான தோட்டங்களும், பொருத்தமான தட்பவெப்பமும் உற்சாகமூட்ட, உள்ளூர் தாவர, மண், உபகரண விற்பனைகள் டெக்சாஸ் வெயில் போலவே சூடு பிடிக்கும். அதிலும் அங்கிருக்கும் பெயர் பெற்ற வேளாண்மைப் பல்கலைக்கழகம் ஒவ்வொரு நகரத்திலும் குறிப்பிட்ட நாளில் விற்பனை நடத்தும். இந்த விற்பனையின் சிறப்பு என்னவென்றால், நல்ல தரமான செடிகள் கிடைக்கும். மற்றொன்று, ஆண்டுக்கு ஒருநாள் மட்டுமே குறிப்பிட்ட மணி நேரங்கள் மட்டுமே நடக்கும். எனவே, பலர் அதைத் தவற விட விரும்புவதில்லை.

விற்பனை செய்யும் தன்னார்வலர்கள் பெரும்பான்மையோர் மூத்த குடிமக்கள். வயதான காலத்தில் செடிகளின் மேல் அவர்களுக்கு இருக்கும் விருப்பத்தையும், தங்களுக்குப் பிடித்தமான ஒன்றைச் செய்வதில் உள்ள மகிழ்ச்சியையும் கண்கூடாகக் காணலாம். ஒரு காலகட்டத்தில் விவசாயியாக இருந்த முதிய தம்பதியர், இப்போது வயல் வேலைகளில் ஈடுபட முடியவில்லை என்றாலும், அது சார்ந்த பணிகளில் தன்னார்வலராக முன் வருவதைக் காணமுடியும். அவர்களின் முகச்சுருக்கங்களுக்கிடையே சிதறும் புன்னகையும், நேசமும் நேர்த்தியாக காட்சிப்படுத்தப்பட்ட புதிய துளிர்களுடன் கூடிய புத்தம்புது தளிர்ச் செடிகளும், பூ வகைகளும் யாரையும் உற்சாகப்படுத்திவிடும். ஆர்வமுடன் வாங்க வருபவர்களைப் பற்றி சொல்லவே வேண்டாம். அப்படியொரு அழகான மார்ச் மாதம்.

செடிச் சந்தை நோக்கிப் பயணம்.
கிராமம் நோக்கிச் செல்வது போன்ற ஒரு உணர்வு.
காரணம், போகும் வழியெங்கும் இருபுறமும் வயல்வெளிகள்.
ஆனால் அந்தச் சமயத்தில் அதிகம் பசுமை தென்படாது.

நீளிடைக் கங்குல்

டெக்சாஸின் இடைவிடாத பரந்த புல்வெளிகள். அதை புள் வெளியென்றே கூடச் சொல்லலாம்.

ஆம். இடைவிடாது புதுப்புல்லை மேய்ந்து கொண்டிருக்கும் பலவிதமான மாடுகள்... மாடுகள்...

எல்லா மாடுகளுக்கும் காவல் அமர்த்தப்பட்டது போல் மாடுகளைச் சுற்றி வெண்ணிற நாரைகள்.

நீர்நிலைகளில் கொக்குகளும் வாத்துகளும் மேய்ந்துகொண்டிருக்கும்.

சீரான வேகத்தில் சென்று கொண்டிருந்த வாகனம், போக்குவரத்து விளக்குச் சந்திப்பில் நின்றது. எப்போதுமே அவை மிகச் சுவையான நிமிடங்கள். நிதானமாக சுற்றுப்புறத்தை வேடிக்கை பார்க்கலாமே.

சட்டென கண்ணில் ஒரு காட்சி தென்பட்டது. சாலைக்கும் வயல்வெளிக்கும் இடைப்பட்ட சிறிய மண் பரப்பில், வட்டமாக ஏழெட்டு கரிய வல்லூறுகள் தரையில் இருந்தன. சில தாழப் பறப்பதும் தரை இறங்குவதுமாக இருந்தன.

ஏதோ சிறுவிலங்கு அடிபட்டு நடுவில் கிடந்தது. அவ்வப்போது சிறுமுயல்கள், மான்கள் முதலிய விரைவுச்சாலையில் அடிபட்டுக் கிடப்பதைப் பார்க்க முடியும். அதுவும், குட்டிகள் ஈனும் வசந்தகாலத் தொடக்கத்தில் அதிகம் காணப்படும்.

மெல்ல ஊர்ந்து வண்டி நகர்ந்து அதன் அருகே சென்றது. அப்போது தான் தெரிந்தது, அடிபட்டு இறந்தது ஒரு ஆர்மெடிலோ. இதைச் சட்டென்று பார்த்தால் வரிசையாக வளையம் வளையமாகப் பூட்டி, குழந்தைகளுக்காக வடிவமைக்கப்பட்ட ஒரு இரும்பு விளையாட்டு விலங்கு பொம்மை போல இருக்கும். வடஅமெரிக்காவிற்கு மட்டுமே உரித்தானது இந்தப் பாலூட்டி விலங்கு.

வல்லூறுகள் ஒரு பக்கம் உண்டாட்டு போல விருந்தைக் கொண்டாட்டமாக கொத்திக் கொண்டிருக்க, வயல் வரப்பருகே எட்டி எட்டிப் பார்த்து தலையை உள்வாங்கிக் கொண்டிருந்தன, மூன்று நான்கு ஆர்மெடிலோக்கள். வண்டி வேகமெடுத்து

நீளிடைக் கங்குல்
ராஜி வாஞ்சி

விரைந்தாலும், தவிப்போடு தடுமாறிக் கொண்டிருந்த ஆர்மெடிலோக்கள் மனக்காட்சியாக மீண்டும் மீண்டும் வந்துகொண்டேயிருந்தது.

அடிபட்ட ஆர்மெடிலோ
துடித்து இறந்து
விரைவுச் சாலையோரம் கிடக்க
உறைந்த இரத்தம் காண
கரைந்த மனம் சகிக்காது
திருப்பிய பார்வையில்
மறுபக்க புல்வெளியில்
குழுவாய்க் கூடி உண்ணும்
கழுகுக் கூட்டம்...- வாழ்வின்
விழுமியம் கூறும்
பொழுதாய் விடிந்தது நாள்.
பக்கத்தில் ஒலித்தது
பக்குடுக்கையார்* *பாடல்.*

வீட்டை விட்டுக் கிளம்பிய போது இருந்த உற்சாகம், புரியாத ஆயாசமாக மாறியிருந்தது. என்ன வாழ்க்கை... எது நிரந்தரம் போன்ற சுழல் எண்ணங்கள். இறுதியாக, 'நிலையாமை' என்ற புள்ளியில் தேங்கி நின்றது. நினைவடுக்கில் கூடவே வந்தார், பக்குடுக்கை நன்கணியார்.

*யாரிந்த பக்குடுக்கை நன்கணியார்?**

சங்க இலக்கியத்தில் புறநானூற்றில் 194ஆம் பாடல் எழுதிய புலவர்.

அதில் என்ன கூறுகிறார்?

நிலையாமை கூறுகிறார்.

நிலையாமை என்றால்?

இக்கணம் என்னிடம் இருப்பது... இல்லாமல் போகலாம். வருவதும்... போவதுமாய் (இன்பமும் துன்பமும்) தொடர்ந்து நிலைக்காததன்மை கூறுகிறார்.

நீளிடைக் கங்குல்

அதற்குக் காரணம் யார்?

'படைத்தோன் பண்பிலாளன்'
படைத்தோன் பண்பில்லாதவன் என்று பாடலில் கூறுகிறார்.

சான்று?

ஓரில் நெய்தல் கறங்க, ஓரில்
ஈர்ந்தண் முழவின் பாணி ததும்பப்

ஊரில் ஒரு வீட்டில் நெய்தல் பறை என்னும் இரங்கல் இசைக்கருவி ஒலிக்கிறது.

வேறொரு வீட்டில், தண்முழவு என்னும் மணவீட்டில் ஒலிக்கும் மங்கள இசை ஒலிக்கிறது. இன்பமும் துன்பமும் மாறி வரும் இயல்புடையது. நிலைத்து ஓரிடத்தில் இருப்பதில்லை என்கிறார்.

இந்த நிலையில்லா உலகம் பற்றி அவர் கருத்து?
'இன்னாது அம்ம இவ்வுலகம்...' என்பது, அவர் மொழி.
எளிதாக, 'பொல்லாத உலகமடா இது' எனச் சொல்வதாகக் கொள்ளலாம்.
இதை எதிர்கொள்ள ஏதேனும் வழி சொல்கிறாரா?
'இனிய காண்கஇதன் இயல்புணர்ந்தோரே'

துன்பத்தைத் தள்ளி விட்டு இன்பத்தைக் காணும் இயல்பு உடையவர்களே உலகை உணர்ந்தவர்கள் என்கிறார், என்று சொல்லலாம்.

உயர் உண்மைப் பொருளை உணர்ந்தால் இன்பம் மட்டுமே கிட்டும் என்று சொல்வதாகவும் உரையாசிரியப் பேரறிஞர்கள் கூறுகிறார்கள்.

சரி, டெக்சாஸ் சாலையோரம் பக்குடுக்கை நன்கணியார் வரக் காரணம்...

வரப்போரம் உறவை இழந்து வருந்தி நிற்கும் ஆர்மெடிலோ குடும்பம், துன்பமாகத் தவித்திருக்க... விருந்துண்டு கொண்டாடும் வல்லூறு கூட்டம் ஒரு பக்கம் இன்பமாகப் புசித்திருக்கிறது.

நீளிடைக் கங்குல்

ஆங்கோர் வீட்டில்
ஏங்கிய அழுகையுடன் மாந்தர்
தேங்கித் தேங்கித் தேம்ப
உருகி உணர்வைப் பெருக்கும்
இரங்கல் பறையது
நெய்தல் கறங்கிக் கிடக்க

ஈங்கோர் வீட்டில்
தாங்கிய சுற்றம் சூடிய
அணிமணி அசைய மகிழ்ந்து
துணிந்தும் துணியாத
பெண்மனம் ஆண்மனம்
இரண்டும் இணையத் துடிக்கும்
உறவில் திளைக்கும் விழவில்
தண்முழவு தாரையாய்
மென்னொலி பரப்பும்...

இன்பம் துன்பம் கலந்து
மண்ணைப் படைத்தவன்
பண்பில்லாதவன்
பொல்லா உலகிது
பொல்லா உலகிது
அல்லவை அகற்றி
நல்லன கண்டு
இனியவை உணர்ந்து
நனிநல்வாழ்வை நயத்திடு நயத்திடு!

இப்போது பக்குடுக்கை நன்கணியார் சொற்களில்...

ஓரில் நெய்தல் கறங்க, ஓர்இல்
ஈர்ந்தண் முழவின் பாணி ததும்பப்,
புணர்ந்தோர் பூவணி அணியப், பிரிந்தோர்
பைதல் உண்கண் பணிவார்பு உறைப்பப்,
படைத்தோன் மன்ற, அப் பண்பி லாளன்
இன்னாது அம்ம, இவ் வுலகம், இனிய காண்க, இதன் இயல்புணர்ந் தோரே.

(புற.194)

செடிச் சந்தைக்குள் நுழையும் போதே சிந்தனையைக் கலைக்கும் சின்ன ஆரவாரச் சத்தம். மூத்த குடிமக்களின் உற்சாக

நீளிடைக் கங்குல்

வரவேற்பும் சுருக்க முகச் சிரிப்பும் பலவித உணர்வுகளைக் கடத்துவதாகத் தோன்றியது. ஒருவேளை, இன்பம் துன்பம் பல கடந்து அனுபவ ஏட்டில் வரவு-செலவு சரிபார்த்து, இனியவை மட்டும் காணும் களிப்பில் முயற்சியில் இருக்கிறார்களோ? இதற்கான பதிலை பக்குடுக்கையார் தானே சொல்லமுடியும்? நீர் உரைமின்!

✻

2 வாராது அட்ட வாஞுன்

கூட்டணி சேர்ந்த அடுத்த நொடி....

வாசலில் கொட்டிக் 'கிடக்கும் மணல், மணக்க மணக்க சோறாகவும், பக்கத்துக் கிணற்று நீர் குழம்பாகவும் ரசமாகவும் மாறும். பரவிய புல்லும் பூக்களும் பக்கத்துணை பதார்த்தங்களாகும் பேறு பெறும். எல்லாம் ஒன்றாய்க் கலந்து கமகமக்கும் கூட்டாஞ்சோறு தயாராகிவிடும்.

குட்டியுலகின் கூட்டாஞ்சோறு விளையாட்டு, எந்தவித முன்திட்டமிடலும் இல்லாமல் தொடங்கும். தொடரும், அவரவர் அம்மாக்கள் வந்து அதட்டி அழைத்துப் போகும் வரை. அடுக்குமாடி நாகரிகத்துக்கு முந்தைய காலகட்ட காட்சியிது.

மேற்குலகத்திலும் குழந்தைகள் குழந்தைகளாகவே இருக்கிறார்கள். அங்கேயும் துளியூண்டு தேநீர் கோப்பைகளோடு, மின்அடுப்புகளோடு கூட்டு சமையல் விளையாட்டு இருக்கவே செய்கிறது. கொத்திக் கொண்டு போய் வகுப்பு மாறி வகுப்பு சிறை வைக்கும் வரை... இயல்பான குழந்தைமை, உலகில் எல்லாக் குழந்தைகளுக்குமே பொதுவானது தான் போலும்.

நீ அரிசி கொண்டுவா, நான் உமி கொண்டு வருகிறேன் என்ற கள்ளாட்டம் எல்லாம் வளர்ந்தவர்கள் உலகில் மட்டுமே காணக் கிடைக்கும் காட்சிகள்.

குட்டி மகன்களும் மகள்களும் அசராமல் ஐந்து நிமிடங்களுக்கு ஒருமுறை தயாரித்துத் தரும் தேநீர் சுவை மட்டும் எந்த டார்ஜிலிங் தேயிலைப் பொடியிலும் கிடைப்பதில்லை. அந்த தேநீருடன் கிடைக்கும் அன்பு முத்தங்களும் மின்னும் நட்சத்திரக் கண்களும், கவிதையாய் விரியும் கணநேரக் காட்சிகள் உலகில் எந்தக் கடையில் கிடைக்கும்?

மற்றொரு மழைக்கால மாலை நேரம். தாழ்வாரம் தாண்டி கூடத்தின் நுனியைத் தொட்டு விட முயன்று சடுகுடு ஆடும் அடைமழை மாதம். கரண்ட் இருக்கும்போதே சட்டென

நீளிடைக் கங்குல்

சாப்பாட்டுக் கடையை முடித்து மற்ற அடுக்களை வேலைகளை முடிக்க வேண்டும் என்று பரபரக்கும் இல்லத்தரசி.

எதிர்பார்த்தபடியே இடி, மின்னல் துணையோடு குண்டு பல்பு ஓசையின்றி அடங்கிவிடும். கோணி சாக்கு விரிப்பில் நடுநாயகமாய் பளிச்சென்று துடைத்து வைத்த அரிக்கன் விளக்கு அரியாசனம் ஏறும். அடுத்த ஐந்தாம் நிமிடம், நீட்டிய உள்ளங்கையில் வெதுவெதுப்பான சாதம், அதன் மேல் சிறிது காய் வட்டமாக வலம் வரும். தனித்தனியாக சமைத்து இருந்தாலும், அந்த அரையிருட்டில் எல்லாம் கலந்து ஒரு கலவை சுவையாக சாப்பிட்ட கூட்டாஞ்சோறின் சுவை, நம் அனைவரின் நினைவடுக்குகளில் நிச்சயம் இருக்கும்.

கூடி உண்பது என்பது ஒரு கொண்டாட்ட மனநிலையைப் பிரதிபலிக்கிறது. விருந்துகளும், ஒன்றுகூடல்களும் அநேகமாக, உணவை முன்னிறுத்தி தான் உலகின் அனைத்து நாகரிகங்களிலும் உள்ளன. கெட் டுகெதர் எனப்படும் 'ஒன்றுகூடல்' மேற்கு நாட்டுக் கலாச்சாரமாகத் தொடங்கி இப்போது உலகெங்கும் பரவியுள்ளது. இதை தற்காலக் கூட்டாஞ்சோறு எனலாம்.

சோறு பற்றி இவ்வளவு பேசிவிட்டு 'கலவை ராணி'யான பிரியாணியைப் பற்றி பேசாமல் போனால், வருங்கால வரலாறு மன்னிக்காது. எனவே, பிரியாணி பற்றி ஒரு சிறுகுறிப்பு முதலில்... அதைத் தொடர்ந்து வருவது, கமகம கிராமத்துக் கதம்ப சாதம். அதைத் தொடர்ந்து, சங்ககாலம் கூறும் கூட்டாஞ்சோறு கதையைக் கேட்போம்.

கடந்த இருபது வருடங்களுக்காக பிரியாணி அடைந்த உச்சத்தை வேறெந்த உணவும் அடைந்திருக்குமா என்பது சந்தேகம் தான். ஆம்பூர், திண்டுக்கல், மதுரை என்று பல தமிழ்நாட்டு மாவட்ட, வட்டாரங்களின் உணவு அடையாளமாகிப் போனது. மொகலாயருடன் நம் நாட்டிற்கு வந்த பெருங்கலவை உணவான 'பிரியாணி'. போர்க்காலத்தில், படை வீரர்களுக்கு ஊட்டமான இறைச்சியுணவாகவும், அதே நேரம் அதிக நேரம் எடுக்காமல் அனைத்துப் பொருட்களையும் மணமூட்டிகளையும் சேர்த்து சுவைபட சமைக்கப்பட்டது என்று சொல்லப்படுகிறது. பிரியாணியின் வகைகள் போலவே அதன் தோற்ற வரலாற்றிலும் வகைகளுக்குக் குறைவில்லை. பல்வேறு கதைகள் சுவைக்கக் கிடைக்கின்றன.

வேளாண்மையை அடிப்படையாகக் கொண்ட தமிழ்நாட்டின் கலாச்சாரத்தில், வயலில் அறுவடை செய்த முதல் விளைச்சலை தங்கள் ஊர்க் கோயில்களுக்கு காணிக்கையாக்கும் வழக்கம் இன்றும் பல கிராமங்களில் தொடர்கிறது. புதிதாக விளைந்த காய்கறிகள், தானியத்தைக் கொண்டு செய்த கதம்ப சாதம் படையலாக்கப்பட்டு, ஊர் மக்களுக்கு அளிக்கப்படும்.

இத்தகைய கலாச்சாரம் பண்டைய கிரேக்க, ரோமன் நாகரிகங்களில் இருந்துள்ளது என்பது கூடுதல் சுவாரசியம். ஐரோப்பிய நாகரிகத்திலும் முதல் விளைச்சலை தேவாலயத்திற்குத் தரும் வழக்கம் இருந்துள்ளது. ஆப்பிரிக்க-அமெரிக்கர்கள் கொண்டாடும் க்வான்சா என்ற திருநாளின் வேர்களும் முதல் படையலையே மூலமாகக் கொண்டுள்ளது.

இப்போது காலநதியின் அக்கரையில் இருக்கும் சங்க இலக்கியம் கூறும் கூட்டாஞ்சோற்றை சுவைப்போம்.

நீழல் முன்றில் நில உரல் பெய்து,
குறுங்காழ் உலக்கை ஓச்சி, நெடுங்கிணற்று
வல் ஊற்று உவரி தோண்டித் தொல்லை
முரவுவாய்க் குழிசி முரி அடுப்பு ஏற்றி,
வாராது அட்ட, வாடூன் புழுக்கல், *(பெரும்பாண்.100)*

வீட்டின் முன் வாசல் முற்றத்தில் மரநிழலில் தரையில் உரல் பதிக்கப்பட்டிருந்தது. பாலை நில எயிற்றியொருத்தி, சிறு உலக்கையால் நெல்லை குற்றி அரிசியாக்கினாள். பக்கத்துக் கிணற்றில் இருந்து உவர்க்கும் நீரை எடுத்து, பானையிலிட்டு உலை ஏற்றினாள்.

(அரிசி ஒன்று வெந்தும் ஒன்று வேகாமலும் இருந்தால் அது வாரம்பட்ட புழுக்கல். புலவு (புலால்), அரிசி ஆகிய இரண்டில் ஒன்று வெந்தும் மற்றொன்று வேகாமலும் இருந்தால் அதுவும் வாரம்பட்ட புழுக்கல். எல்லாம் பக்குவமாக வெந்திருந்தால் அது வாராது அட்ட வாடூன் புழுக்கல்.* என்று இணையதளம் ஒன்று சிறப்புக் குறிப்பு தருகிறது.

இப்படி, வாராது அட்ட வாடூன் புழுக்கலை இன்றைய பிரியாணிக்கு முன்னோடி அல்லது சங்க கால பிரியாணி என்று சொல்லலாம் என்று, இந்தத் தளத்தைத் தவிர வேறுசில தளங்களும் குறிப்பிடுகின்றன.

நீளிடைக் கங்குல்
ராஜி வாஞ்சி

வாடூன் என்றால் உப்புக்கண்டம் எனப்படும் காய வைக்கப்பட்ட இறைச்சி என்றும் கூறப்படுகிறது.

இவ்வாறு சுவையாய் பக்குவப்படுத்தப்பட்ட "வாராது அட்ட வாடூன் புழுக்கலை" தேக்கிலையில் வைத்து பரிமாறினாள் பாலைநிலப் பெண் என்று நீள்கிறது, பெரும்பாணாற்றுப் படை உணவுக் குறிப்புகள்.

மலைப்பகுதியைச் சார்ந்த குறிஞ்சி நில வேடர்கள், தாங்கள் குழுவாகச் சென்று வேட்டையாடி வரும் விலங்குகளை ஒன்றாகச் சேர்ந்து சமைத்த கூட்டாஞ்சோற்றை காட்சிப்படுத்துகிறது பெரும்பாணாற்றுப்படை..

**'நெடும் செவிக் குறுமுயல் போக்குஅற வளைஇ
கடுங்கண் கானவர் கடறு கூட்டுண்ணும்
அருஞ்சுரம் இறந்த அம்பர்'** *(பெரும்பாண. 115 -117)*

அடுத்த வரிகள், வேட்டையில் சிக்கிய குறுமுயல் எந்தப் பக்கமும் தப்பியோட முடியாதபடி வளைத்துப் பிடித்து கூட்டாகச் சமைத்துண்ணும் காட்சியை விவரிக்கிறது.

குறிஞ்சியைத் தொடர்ந்து முல்லை நிலச் சமையலில்...
வெண்ணிற பூளைப் பூக்கள்போல இதழ் விரிக்கும் வரகரிசியும், அவரைக்காயும் சேர்த்து சமைக்கப்பட்ட 'வான்புழுக்கை', சைவ பிரியாணிக்கு இணையாக சில கட்டுரையாளர்கள் சுவை குன்றாமல் சொல்கிறார்கள்.

**'அவரை வான் புழுக்கு அட்டி, பயில்வுற்று
இன் சுவை மூரல் பெறுகுவிர். ஞாங்கர்க்'** *(பெரும்பாண, 195)*

என்ற வரிகள், நிலத்திற்கு நிலம் உணவுகள் வேறுபடுவதைக் காட்டி நிற்கிறது.

உணவுகள் மாறலாம். ஆனால் உணர்வுகள் ஒன்றுதான். அதுதான் கூடி வாழும் பண்பு. பகுத்துண்டு பல்லுயிர் ஓம்பும் மாண்பு... எத்தகு உயர் மனம்? இது, நம் பெருந்தொடர் பெருமிதமல்லவா? நீர் உரை மின்!

*https://vaiyan.blogspot.com/2015/07/8.html

✵

நீளிடைக் கங்குல்

3 நரையில்லா நகருண்டோ?

நட்டநடு மலைக்காடு. நள்ளிரவு. எங்கும் நிசப்தம். சில்வண்டுகளும் சிறிது உறங்கச் சென்ற நேரம். காலடியில் கசங்கும் சருகுகள் ஓசை மட்டுமே வழித்துணையாக.

ஓரிரு வினாடிகளில் சின்ன சிலிர்ப்பு. லேசான குளிர் கைத்தடியை இறுகப் பற்றியது கையுறையிட்ட கரம். நீண்டு நெடிது நின்ற காட்டுமரங்கள் கரிய தோற்றத்தோடு சற்று கலக்கத்தைக் கூட்டின.

கழுத்தில் மாட்டியிருந்த உயர்நுட்ப கருவி கால்களை நிற்க விடாமல் மலையை நோக்கி உந்தித்தள்ளியது.

சிந்திய சிற்சில மணித்துளிகள் அமைதியில் அமிழ்ந்தது. இப்போது ஒலியளவு கூடத் தொடங்கியது. கூடிய ஒலியளவு, கால்களின் வேகம் கூட்டியது.

மெல்ல வளைந்து வலப்பக்கம் திரும்பிய மலைப்பாதையில் கைத்தடி நுழைந்தது. கால்தடத்தில் கவனமாய் தரை நோக்கித் தாழ்ந்து இருந்த கண்கள் சாரல் வீச்சில் சட்டென உயர்ந்தன. உறைந்து சிலையாய் நின்றார், உலகப் புகழ்பெற்ற அந்த புகைப்பட நிபுணர்.

ஸ்நோகால்மி அருவி, அமெரிக்காவின் வடமேற்குப் பகுதியில், கனடா எல்லையைத் தொட்டுக் கொண்டிருக்கும் வாஷிங்டன் மாகாணத்தின் காட்டுராணியாய் அகிற்புகைக்கிடையே நின்றாள்.

புகைப்படக்கருவி வழியே காணக்காண அகிற்புகை அல்ல; அதையும் தாண்டி முதுகுடி மலையரசி நரைகூந்தல் அலை பாய நடு இரவில் நடனமாடும், இளமைமாறா கொல்லிப்பாவையாய் வசீகரித்தாள்.

வெள்ளியாய் உருகி, வேகமாய் நிலம் தழுவி ஓடும் காட்டாறு. அதில் கண்கள் மோதி நின்றன.

நீளிடைக் கங்குல்
ராஜி வாஞ்சி

வெள்ளை நரைகூந்தல் உலர்த்தும் வியனழகை, கள்ளமில்லா காட்டுராணியை ஓசையில்லாது படமாக்க நள்ளிரவில் வந்துள்ள புகைப்பட நிபுணன், வேறெந்த ஓசையையும் விரும்புவதில்லை. மெல்ல நாம் ஓசையின்றி விலகுவோம் கவிஞரின் கரம் பற்றி.

நரையழகு... நரையழகு
விரைந்தோடி விழும்
காட்டருவி நரையழகு
பாட்டெழுத பேரழகு
குறும்பட குதூகலத்திற்கு
பெரும் விருந்து படைக்கும்.

ஆனால்
வரும் முதுமை காட்டி
பெரும்படை எடுக்கும்
வெள்ளிப் படைவீரர்கள்
தொல்லைதான் தொல்லைதான்

நிறமி இழப்பால் வருகுதே
மறப்போரொன்று மனதில்
வெள்ளையனே வெளியேறு கோஷம்தான்
எள்ளளவும் வேறில்லை நிதர்சனத்தில்.

வயது வேறுபாடின்றி, நாட்டின் 'தலை'யாய பிரச்சனையில் ஒன்றாகிப் போனது. உலக வணிகச் சந்தையில் பல லட்சம் டாலர்களை உள்ளடக்கியுள்ளது. இதற்கும் மேல் உடல்நலத்தைப் பாதிப்பது தெரிந்தும் அதன் வலையில் சிக்கித் தான் உள்ளது, உலகம். என்ன தான் அது? வேறென்ன... காதுல நரைச்ச முடி கன்னத்துல குத்துது குத்துது... கன்னத்திலா குத்துது, கடப்பாரையால் மனதை அல்லவா குத்துது குத்துது.

நடுவயதை நம் அருகில் வராமல் மெல்ல மெல்ல தள்ளிவைத்தாலும், விடாது அடம் பிடிக்கும் குழந்தையாய் மடியில் வந்து உட்கார்ந்து அழும்பு செய்யும் நேரத்தில், வயதை வெட்டவெளிச்சத்திற்குக் கொண்டு வருவது நரை முடி நாயகம்.

சாயமடிக்காத வெள்ளிமுடி, காதல் கணவன் கருகமணி கோர்ப்பதற்காக விடப்படவில்லை. காலைநேர நெருக்கடி ரயிலில், யாரேனும் எழுந்து இடம் கொடுக்க ஏதுவாகுமே என்ற கருத்தில் படித்த குறும்பா... குறும்பாக நிதர்சனம் கூறுகிறது.

நீளிடைக் கங்குல்

ஒப்பனை, அழகியல், தன்னம்பிக்கை உணர்வு இவற்றையெல்லாம் தாண்டி, இக்கால உலகில் நிலவும் அடிக்கடி வேலை மாறும் சூழலும், நரைமுடியை மறைக்க சாயம் தேடச் சொல்லும் காரணியாக அமைகிறது எனலாம். நடுத்தர வயதிலும் நேர்முகத் தேர்வுகள் வியாபாரரீதியான மற்றும் அலுவலகத் தொடர்பான சந்திப்புகள் போன்ற முக்கியத் தருணங்களில் தம்மை துடிப்பானவர், இளமையானவர் என்று அடையாளப்படுத்திக் கொள்ள வேண்டியிருப்பதால் நரைக்கு மை பூசும் தேவை எழத்தான் செய்கிறது.

யூட்யூப் காணொளித்தளத்தில், நரைமுடியைக் கருப்பாக்க வகைவகையான பாட்டி வைத்தியங்களும், வீட்டுக் குறிப்புகளும், மூலிகைப் பூச்சுகளும் எனத் தளும்பி வழிகிறது. இதில் மட்டும் சாதி, மொழி, கலாச்சார வேறுபாடே கிடையாது. அனைத்து உலக மொழிகளும் முழுவீச்சில் வெள்ளையை எதிர்த்து கருப்பிற்காகக் குரல் கொடுக்கும் அதிசயம் நடக்கிறது.

எனக்கு நரைமுடி பிரச்சனையே கிடையாது என்கிறார், சங்கப்புலவர் ஒருவர்.

யாரந்த சங்கப் புலவர்?

பிசிராந்தையார் தான் அந்தப் புலவர்.

அவர் பின்பற்றும் வழிமுறை என்னனென்ன? என்பதுதானே உங்களின் அடுத்த கேள்வி?

முதலில் பிசிராந்தையார் யார்?

அவர் ஒரு சங்கப் புலவர். இவர், புறநானூற்றுத் தொகுப்பில் 191ஆம் பாடலைப் பாடியுள்ளார். நட்பிற்கு இலக்கணமாக இவரையும் கோப்பெருஞ்சோழனையும் சங்க நூல்கள் சிறப்பித்துக் கூறுகின்றன.

நல்லது. அவர் நரை பற்றி கூறும் குறிப்புகள் தான் என்ன?

'யாண்டுபல வாக நரையில ஆகுதல்
யாங்கு ஆகியர்?' என வினவுதிர் ஆயின்,

தங்களுக்கு இவ்வளவு வயதாகியும், எவ்வாறு நரையில்லாமல் இருக்கிறீர்கள் என்று கேட்கிறீர்கள் என்றால் (வினவுதிர் ஆயின்) என்றே, அவரும் பாடலைத் தொடங்குகிறார்.

ஆம், ஐயா. அதேதான் எங்கள் கேள்வி? அதற்கான தீர்வுகள், ஐயா எனத் தவிப்போடு மனம் கூவுகிறது.

'நரையின்மைக்கு நான்குபேர் காரணம்' என்கிறார், சங்கப் புலவர்.

முதல் காரணம்... என் குடும்பம், என்கிறார்.

மாண்புடைய மனைவி மற்றும் அறிவு நிரம்பிய மக்கள் முதன்மையாக உள்ளனர்.

(மாண்பு என்பதை மேன்மை பொருந்திய நற்குணங்கள், நற்பண்புகள் என்று சொல்லலாம்.)

இரண்டாவது, என் எண்ணம் அறிந்த, என்னைப் போலவே எண்ணும் என்னுடைய பணியாளர்கள். பாரதி கூறும், 'கண்ணன் என் சேவகன்' போல இருப்பார்கள் போலும்.

மூன்றாவதாக வருவது, 'வேந்தனும் அல்லவை செய்யான், காக்கும்;'

முறை தவறாது ஆட்சிசெய்யும் வேந்தன் (இப்பாடலில் புலவர், பாண்டியன் அறிவுடை நம்பியின் முறைதவறா ஆட்சி மேன்மையை சிறப்பித்துப் பாடுகிறார்).

நிறைவாக, நான்காவது காரணம்... நான் வாழும் ஊர், அதில் உள்ள சான்றோர்.

'ஆன்று அவிந்து அடங்கிய கொள்கைச்
சான்றோர் பலர்யான் வாழும் ஊரே.'

நிறைந்த அறிவுடன், அடக்கத்தையும் பணிவையும் கொள்கையாய்க் கொண்ட சான்றோர்கள், அவர்கள் வாழும் ஊர் என்னுடைய ஊர்.

வீட்டில் அமைதியான சூழல்.
பணியிடத்தில் பண்பான பணியாள்.
ஆளும் மன்னன் நீதி தவறாதவன்.
சான்றோர் நிறைந்த ஊர்.

நீளிடைக் கங்குல்
ராஜி வாஞ்சி

பிசிராந்தையாருக்கு ஏதும் கவலை உண்டோ?

அதனால் மூப்பு சொல்லும் நரையுமில்லை.

பிசிராந்தையாருக்கு முடிச்சாயம் தேவை இல்லாதவொன்று.

சாமானியமான நமக்கு?

நாற்பது நொடி சேர்ந்திருந்தால், அடுத்த நொடி காரசார விவாத மேடையாகும்.

குடும்பங்கள், பணியிடங்கள், இந்நாட்டு மன்னர்களைப் பற்றி சொல்லவே வேண்டாம்.

சான்றோர்கள் இல்லாமல் இல்லை. ஆனால் போலிகளுக்கு நடுவே பொலிவிழந்து, குடத்திற்குள் விளக்காய் கண்ணில் காண்பது அரிதாய் இருக்கும் சூழலில், முப்பதுகளிலேயே முழுநரை முழுவீச்சில் தோன்றுகிறது. அவர்களை விதிவிலக்கு என்று விட்டுவிட்டாலும் அரைச் சதத்திற்கு அருகே வந்த பின்னரும் கூட நரைக்குத் திரை போடாமல் இருக்க ஒரு துணிச்சல்

வேண்டியிருக்கிறது. மனதை சமாதானப்படுத்த வலிமை

வேண்டியிருக்கிறது.

நரைக்குத் திரை போடாமல் இருக்க ஒரு துணிச்சல் வேண்டியிருக்கிறது. மனதை சமாதானப்படுத்த வலிமை வேண்டியிருக்கிறது.

காட்டருவியின் நரைக்கூந்தல் காண கவிதை மனம் களிக்கும்.

அதே மனம், காணொளிக் காட்சி ஒலி /ஒளிப்பதிவு என்றவுடன் முதலில் தேடுவது முடிச்சாயத்தைத்தான்.

நரைதிரை நாடிச்சென்ற ஔவையின் மனத்திண்மையும்...

நள்ளிரவு நரைக்கூந்தல் வெள்ளருவி... அதன் அழகும்... மெல்ல சாயம் விலக்க துணை நிற்குமோ?

இல்லை. நமக்கும் பிசிராந்தையாருக்கு கிடைத்த வரமான வாழ்வு கிட்டுமோ? நீர் உரை மின்!

4 நீளிடைக் கங்குல்

பல்லியைப் பார்த்தால் பயம்...
பிள்ளைப் பருவத்திலே பள்ளிக்குப் போக பயம்...
ஆசிரியர் சொல்லிலே காரமிருக்குமோயென தானாய் பயம்...
ஏதும் சொல்லாத மௌனம் கண்டு பயமோ பயம்...

புல்லிலே புழுவிருந்தால் பயம்...
கல்லிலே கரட்டான் இருந்தால் பயம்...
பயம் பயம் பயம்...

பத்துப்பேர் உடனிருந்தால் அதிலொரு பயம்...
அதில் எத்தனை பேர் என்னைக் கொத்தும் கூர்பார்வையால்
கூறு போடுவாரோயெனக் குடையும் மனம்...
மொத்தமாய் கிளம்பிப் போய்விட்டாலும் பயம்தான்...
அணிலாடும் முன்றிலோடு... சத்தமில்லா வீடும் பயம்...
சட்டென கை, கால் முளைத்த கதவுகள் ஜன்னல்களென
சித்திர விசித்திர வீண் மாயத்தோற்றங்கள்...
மனத்தின் வியாகூலங்கள்...
எத்தனை எத்தனை பயங்கள்...

தனிமை என்றால் பயம்...
கனிவு மாறக் கண்டால் பயம்... கடுகடுப்பென்றால் பயமோ பயம்...
இனிமை பேச்சுக்கூட, எதற்கு அடித்தளமோவென ஐயம்
தலைதூக்கும்.

அஞ்சியஞ்சிச் சாவார், அவர் அஞ்சாத பொருளில்லை
அவனியிலே என்று, அன்று பாரதி சொன்னது, இந்த அச்ச
மனப்பான்மையைத்தானோ?

மிகச் சிறுவயது முதல் பெற்றோர்கள், பிள்ளைகளை கைக்குள்
வைத்து அதீத பாதுகாப்பாய் வளர்க்கும்போது, பாசவுணர்வுடன்
பயமும் ஆடித் தள்ளுபடிபோல இலவச இணைப்பாகி விடுமோ
என்று தோன்றுகிறது.

நீளிடைக் கங்குல்
ராஜி வாஞ்சி

நவநாகரிகமான இந்த நவீன உலகத்திலேயே இவ்வளவு அச்சங்களும் ஐயங்களும் சூழ்ந்திருந்தால், வசதி வாய்ப்புகள் மிகக் குறைந்த வனப் பிரதேசங்களிலும், மலைக் காடுகளிலும் மனிதன் வாழத் தொடங்கியிருந்த காலத்தில் எப்படி இருந்திருக்கும் என்பதைக் கற்பனை செய்வோம். நம் கற்பனை எல்லையை விரிவுபடுத்த, சங்க இலக்கியம் நம்மோடு கை கோர்க்கிறது.

குறிஞ்சித் திணையாகிய மலைப்பகுதி- இரவுநேரம் சந்திக்க வரும் தலைவனை, அவ்வாறு வரவேண்டாம், வழியில் எத்தனை ஆபத்துகள் காத்திருக்கின்றன... அவற்றால் உனக்கு ஏதேனும் துன்பம் ஏற்பட்டுவிட்டால் தலைவியால் தாங்க முடியாது என்று, பல்வேறு பாடல்கள் நற்றிணை, குறுந்தொகை, அகநானூறு முதலிய நூல்களில் உள்ளன. அதில் சங்கப்புலவர் கபிலர் எழுதியுள்ள அகநானூற்றுப் பாடல் 12 இல்,

'கொத்துக் கொத்தாய் காய்த்திருக்கும் பலாப்பழங்களைப் பாதுகாக்க அமைக்கப்பட்டுள்ள சிறு ஓலைக்குடிசையின் மேல் வேங்கை மரப்பூக்கள் பூத்துக் குலுங்கி சொரிந்துள்ளன. அதிலிருந்து தேன் வழிந்தோடிய தடம் வரிவரியாகத் தோன்றுகிறது. இரவுநேரக் கருமையில் அதைப் பார்க்கும் போது உறங்கும் புலி போலத் தோற்றம் அளிக்கிறது. காட்டில் அலைந்து திரியும் யானை, அதைக் கண்டு அஞ்சி தனக்கு விருப்பமான மூங்கில் தளிர்களைக் கூட ஒடித்துக் கொண்டு ஓடும் காட்சி அஞ்சத்தக்கது. இத்தகைய மலைப்பகுதியில் வாழும் நீ, இரவில் மலையைக் கடந்து வருதல் எங்களுக்கு மிகுந்த அச்சத்தையும் வருத்தத்தையும் தருகிறது' என்று தோழி, தலைவியின் மனநிலையைக் கூறுகிறாள்.

அடுத்து,

மத யானைகளையும் அடித்துச் செல்லக்கூடிய காட்டாற்று வெள்ளமும், அதில் பாறைகளைப்போல் மூழ்கித் திரியும் முதலைகளும் நீ நீந்தி வரும்போது என்ன தீங்கு செய்யுமோ? திகைக்கிறாள், பிறிதொரு தலைவி.

'நீ நல்லை யல்லை' எனப் பழிக்கிறாள், இன்னொரு தலைவி. யாரைப் பழிக்கிறாள்?
வெண்ணிலவை. நெடுநேரம் கதிர் வீசும் நெடுவெண்ணிலவை.

நெடு வெண்ணிலவினார் என்று குறிப்பிடப்படும் புலவர், வேங்கை மர மலர்கள் சிறு பாறை மேல் உதிர்ந்து சிறு புலிக்குட்டி போல் தோற்றமளிக்கும் காட்டுப்பாதையை காட்சிப்படுத்துகிறார்.

நீளிடைக் கங்குல்
ராஜி வாஞ்சி

34

...'நெடுவெண்ணிலவே... நெடுவெண்ணிலவே... உன் ஒளியால் அல்லவா அவன் கடினமான மலையைத் தாண்டி இரவில் என்னைக் காண வருகிறான். நீ என்ன நல்லவளா... நல்லையல்லை... நல்லையல்லை... அவனுக்கு வரும் இன்னல் குறித்து என் மனம் கலங்குதே...' எனப் புலம்பும் தலைவியை, குறுந்தொகை 47ஆம் பாடலில் பார்க்கலாம்.

மற்றொரு காட்சி ...

குன்றக் கூகையொன்று குழறக் கேட்டு
அன்றெல்லாம் அஞ்சியது அக்காலம்
முன்றத்து முன்னிற்கும் பெரும்பலவில்
நன்றாக கிளை தாண்டும் வானரத்தால்
பெருத்த மரமங்கு கருத்த உரு காட்ட
சுருக்கென்று சுழலும் பயமொன்று ஆனதடி

ஒருநாள்... குன்றில் வசிக்கும் ஆந்தையொன்று, இருள் சூழ்ந்த இரவு நேரத்தில் குழறி அலறுகிறது. மலை சூழ்ந்த இடத்தில் அது அச்சமூட்டுகிறது.

மற்றொரு நாள் இரவு, முற்றத்தில் உள்ள பலா மரத்தில் குரங்கொன்று குதித்துத் தாவி வேறு கிளைக்குத் தாவியது. அச்சோ தோழி, ஏதோவென்று பயந்து விட்டேன்... என்று தொடங்குவது, குறுந்தொகையில் 153ஆம் பாடல். அதே கபிலரின் வரிகளில்...

'குன்றக் கூகை குழறினும் முன்றிற்
பலவி னிருஞ்சினைக் கலைபாய்ந் துகளினும்
அஞ்சுமன்' *(குறு. 153)*

பயம் நீங்கி விட்டது. இப்போது மயங்குகிறாள் ஒரு மாது...

பயம் கடந்து நாளாகிப் போனதடி எனக்கு
மயக்கும் மையிருட்டு வேளையிலே
மலைப்பாம்பாய் மடங்கும்
மலைச்சாரல் பாதையிலே
தலைவன் வரும் வகை காண
முன்னாளின் பயம் எல்லாம்
இந்நாளில் இல்லையடி...

அஞ்சுதற்கு எங்கேயென்
நெஞ்சு என்னிடத்தில் உள்ளதடி?

அளித்தெ னெஞ்ச மினியே
ஆரிருட் கங்குல் அவர்வயிற்
சாரல் நீளிடைச் செலவா னாதே.

வந்து எனைக் காண வேண்டாமடி தோழி
இந்தச் சேதி சொல்வாயடி நீயும்

மஞ்சுதவழ் சாரலிலே - நிலவு
தஞ்சம்புகும் வேளையிலே
வஞ்சியெனை காணவரும்
நெஞ்சம்நிறை நல்லோனை

அஞ்சி அஞ்சி ஆகாது அம்மே
அஞ்சி அஞ்சி ஆகாது காண்

வந்து எனைக் காண வேண்டாமடி தோழி
இந்த சேதி சொல்வாயடி நீயும்

'ஆரிருட் கங்குல்' கடுமையான இருள் சூழ்ந்த இரவு நேரம்.'

'அவர்வயிற் சாரல் நீளிடை' அவர் வரும் வழியோ, இன்னல் நிறைந்த நீண்ட மலைப்பாதை.

கெஞ்சுதடி கெஞ்சுதடி - என்
நெஞ்சு நாளும்
அஞ்சுதலே ஆகாதென
கெஞ்சுதடி கெஞ்சுதடி - என்
நெஞ்சே...

என அரட்டுகிறது அன்பு மனம்.

என் அச்சங்கள் என்னை விட்டு விலகிவிட்டனவா? இல்லை, என் நெஞ்சே களவு போனதால் அச்சம் மறந்தேனா? அல்லது அவன் வரும் வழி நினைந்து அதன் வழி என் நெஞ்சு செலவாகியதோ? நீர் உரை மின்!

✲

நீளிடைக் கங்குல்

5 காரோடன்

வேனிற்கால வெளிச்சம் மெல்ல மாறியது.

வெளிவாங்கிய வெளிர்நீலவானம்... சாம்பல் மேகத்தில் புதைந்தது.

மரங்கள் பச்சையத்தை பதுக்கிய பின் மஞ்சளும் இளஞ்சிவப்பும் அடர்சிவப்புமாக கவின் கவிதைகளாய்.. வர்ணஜாலம் காட்டிய காடுகள்...கடந்த மாதக் கதைகளாக.

இப்பொழுது அடர்பனி அடவிகள்... வெளிச்சம் துறந்த வானம்... மதியம் தாண்டி... நேரிடையாக இரவு கவிழும் பனிக்காலம்... மரங்கள் சூழ மணக்கும் மலர்களோடு ஏரிகளாய் சிற்றலைகளோடு சிதறிக் கொண்டிருந்த நீர்நிலைகள். மௌனம் சுமந்து பாறையாய் இறுகி உறைந்து கிடக்கும் பனிப்பாளங்கள்... அதன்மேல் நிற்கும் வலிய கால்கள்... பனிக் காலணிகள்... பாதுகாப்பிற்கு விண்வெளி வீரர்போல் அடையாளம் தெரியாமல் உடல் முழுவதும் மறைக்கும் குளிர் காப்பு ஆடைகள்... கையிலிருக்கும் கடப்பாரையாலும் அரம் கொண்டும் கோடு போட்டது போல இடித்துக் கொண்டும் அறுத்துக் கொண்டும் அந்த உருவம் நகர்ந்தது.

பாளமாக தனியாக நகர நகர... மொத்தக் குழுவும் சேர்ந்து மிக எச்சரிக்கையாக அருகில் இருந்த தள்ளுவண்டியில் ஏற்றியது. பெரிய வைக்கோல் பிரிகளுக்கிடையே பொதிந்து, 'ஐஸ் ஹவுஸ்' எனப்படும் அதற்கான சிறப்புக் கட்டடங்களில் பாதுகாக்கப்பட்டன.

சென்னையில் உள்ள 'ஐஸ் ஹவுஸ்'சும் ஆங்கிலேயர் ஆட்சிக் காலத்தில் இதற்காக பயன்படுத்தப்பட்ட கட்டடமேயாகும். நவீன குளிர்சாதனப்பெட்டிகள் பயன்பாட்டிற்கு வருவதற்கு முந்தைய காலகட்டத்தில், ஐரோப்பா மற்றும் வடஅமெரிக்க கண்டங்களில் வெயில் காலத்திற்குத் தேவைப்படும் பனிக்கட்டிகளை இவ்வாறே சேமித்து வைத்தனர் என்கிறது வரலாறு. பனிக்கட்டிகளை பாளம்பாளமாக வெட்டுபவர்கள் 'ஐஸ் கட்டர்' எனப்பட்டனர்.

நீளிடைக் கங்குல்
ராஜி வாஞ்சி

அறிவியல் வளர்ச்சியில் பனியாக உருகி, அந்தத் தொழில் காலத்தில் கரைந்தோடி விட்டது.

19ஆம் நூற்றாண்டின் நிறைவுப் பகுதிகளில், மேலைநாட்டின் மாலைநேர வீதிகள் வெளிச்சம் பெற, தெருவிளக்குகள் எரிவாயுவை நம்பியிருந்த காலகட்டம். நாள்தோறும் அவ்விளக்குகளை ஏற்றி வைக்க 'கேஸ் லாம்ப் லைட்டர்கள்' பணியமர்த்தப்பட்டிருந்தனர். மின்சார விளக்குகளின் தோற்றத்தில் மங்கி மறைந்தனர், விளக்கேற்றிய பணியாளர்கள். இவ்வாறு நேற்றைய வருடங்களில் நிலைத்திருந்த தொழில்களும், பணிகளும் பல காணாமல் போய்க் காலாவதியாகி விட்டன.

தடயம் இல்லாமல் போன தந்தி, தபால்காரர், தட்டச்சர் என வரிசை நீண்டு கொண்டே போகும். இவற்றில் சில மேம்பட்டு மறுவடிவம் எடுத்துள்ளன என்பதை மறுக்க முடியாது. மிக நாசூக்கான நாகரிகம் என நாம் எண்ணும் மேலைநாடுகளில், கடந்த நூற்றாண்டில் புழக்கத்தில் இருந்த வினோதமான பணிகள் நம்மை ஆச்சரியப்படுத்தும். அவற்றில் ஒன்று தான், எலி பிடிக்கும் பணி. எலிகளின் அதீத பெருக்கத்தை அடக்க எலி பிடிப்பவர்கள் பணிக்கு அமர்த்தப்பட்டார்கள். காலப்போக்கில் ரசாயன எலிக்கொல்லிகளும், நூதன யுக்திகளும் அந்த வேலையை இல்லாமல் செய்து விட்டன.

20ஆம் நூற்றாண்டின் தொடக்கத்தில் கூட பிரிட்டனில் 'மஃபின் மேன்' காலைநேர உணவான 'இங்கிலீஷ் மஃபின்' என்ற பன் வகையை வீடுவீடாக தலையில் சுமந்துசென்று விற்பது பார்க்கக்கூடிய காட்சியாக இருந்தது. காலைநேர உணவே சாலையில், போகும் வழியில் என்று மாறிவிட்ட இந்த நாளில், 'மஃபின் மேன்' காலத்தின் எச்சமாக இருக்கவா போகிறார்?

தேடி வந்து காலை உணவளித்த மேலைநாட்டு மஃபின் மேன், பிள்ளைப் பிராயத்து தேங்காய் பன் மணத்தை மனதில் மெல்ல பரப்பி விட்டுவிட்டார்.

முக்கோண வடிவ மரப்பெட்டி. அதன்மேல் கண்ணாடியால் செய்யப்பட்ட மூடியென எப்போதும் இளம் சூட்டுடனே இருக்கும் தேங்காய் பன்னுடன் வாசல் தேடி வரும் பன்காரர். அதன் சுவை கவர்ந்ததா, முக்கோண வடிவப் பெட்டி கவர்ந்ததா என்பது இன்றைய வரையுள்ள கேள்வி. ஆனால் இன்று அவரும் முக்கோணப் பெட்டியும் போன இடம் தெரியவில்லை.

நீளிடைக் கங்குல்
ராஜி வாஞ்சி

இவ்வாறு உலகின் பல பகுதிகளிலும் தினசரி நம் வாழ்வோடு கை கோர்த்து நடந்து வந்த பல மாந்தர்கள், தத்தம் தொழில்கள் நசிய அல்லது மாற்றம் கொள்ள காலவெள்ளத்தில் எங்கோ ஓரிடத்தில் தத்தளித்து நின்று விடுகிறார்கள்.

“அம்மா, பால்...” என்று மனித கடிகாரங்களாய், புலரும் நாளை புத்துணர்ச்சியாக்கியவர்கள் எனத் தொடர்கிறது, நம் வாழ்வியல் வாசனைகள்.

மாலை நான்கு மணி.

“புட்டு புட்டு புட்டு புட்டு...” கிராமத்து முதியவரின் மெலிவான குரல். சுவர்க் கடிகாரத்தை சரிசெய்து கொள்ளலாம். அவ்வளவு துல்லிய நேரக் கடைப்பிடிப்பு.

கையில் சின்னக் கூடை. அதே அதிக அதிர்வில்லாத குரலில், ”முறுக்...முறுக்...அரிசி முறுக்...” மற்றொரு வீதி வழியே மூதாட்டியொருவர்.

எந்தக் குரலும் கிடையாது. ஆனால் சிறு இடைவெளிகளில், தான் தள்ளி வரும் வண்டியை நிறுத்தி, இரும்புக் கரண்டியை வாணலியில் ஒரே தாளகதியில் தட்டும் கடலை வண்டிக்காரர்...

‘அம்மா... ஈயம் பூசுறதேய்ய்... பழைய பித்தளை வெங்கலப் பாத்திரத்துக்கு ஈயம் பூசுறதேய்ய்...” கையில் துருத்தியுடன், இடுப்பில் இடுக்கிய குழந்தையுடன் வரும் ஈயம் பூசுபவர்.

திண்ணையில் பாத்திரக் கூடையை இறக்கி வைத்துவிட்டு, ”அம்மா, சில்லுனு கொஞ்சம் மண்பானை தண்ணி தாம்மா...” என்று உரிமையுடன் கேட்கும் பாத்திரக்காரர்.

குடும்ப நகை ஆசாரி... நம் வீட்டுத் தயிர்க்காரம்மா... அக்கி நோய்க்கு காவிக் கட்டியால் படம் வரையும் குடும்பம்... இப்படி அடுக்கிக் கொண்டே போகலாம்.

எலும்புக்கூடாய் துருத்தி நிற்கும் துருப்பிடித்த சைக்கிளின் எடையை விட அதிகம் எடை கொண்ட கோணி சாக்கு மூட்டையும், அதன் மேல்வாயைத் தாண்டி கும்பமாக நிற்கும் கல் உப்புக் குவியலில், கருப்பு நிற ஒரு படி பக்கா படி ஒய்யாரமாக

நீளிடைக் கங்குல்

சாய்ந்திருக்க... அதற்குப் போட்டியாக ஒரு பக்கமாய் சாயும் சைக்கிளைத் தாங்கிப் பிடித்தபடியே, சமநிலை காக்க ஓட்டமும் நடையுமாய் வந்துகொண்டே "உப்பு... உப்போ..." என்பவர் குரல், கூடம் தாண்டி அடுக்களையில் அம்மாவின் காதில் விழும்.

ஏழ்மையைச் சொல்லாமலே கூறும் இந்த வடிவம் தான் ஒரு காலத்தில், சமூகத்தில் முக்கியப் பங்காற்றிய 'உமணர்கள்' என அழைக்கப்பட்ட உப்பு வணிகர்கள் என்று சங்க இலக்கியம் வழி நெடுக பல்வேறு பாடல்களில் பெருமைப்படுத்திக் கூறிக்கொண்டே செல்கிறது. மனித நாகரிகத்தின் முக்கிய மைல்கல்லாக கருதப்படும் 'பண்டமாற்று வணிக'த்தில் உப்பின் இடம் முதன்மையாக இருந்துள்ளதை வரலாற்றுப் பக்கங்கள் வரிவரியாய் விவரிக்கின்றன. உமணர்கள், நாட்டின் கடலோரப் பகுதிகளையும் மலைப்பகுதிகளையும் இணைக்கும் பாலங்களாக அரசர்களுக்கிடையே தூதுவர்களாக, செய்திகளைப் பரிமாறுபவர்களாக இருந்திருக்கின்றனர் என்பதற்கு, சங்க இலக்கியக் காட்சிகள் சான்றாக இன்றும் நிற்கின்றன.

நற்றிணைப் பாடல் 183ம், சிறுபாணாற்றுப்படையும் உமணர் குறித்துக் கூறுகின்றன.

உப்பினை நெல்லுக்குப் பண்டமாற்றாக மாற்றியதை, குறுந்தொகைப் பாடல் 269தும் அகநானூறுப் பாடல் 140தும் பாடுகின்றன.

பட்டினப்பாலையும் அகநானூறும் உப்பு வணிகம் பற்றி நயம்படப் பேசுகின்றன.

அடுத்து, சங்கப் பாடலொன்று காரோடன் பற்றிச் சொல்ல வருகிறது.

யாரது? காரோடனா? என்று நீங்கள் கேட்பது புரிகிறது.

சாணை தீட்டுபவரை 'காரோடன்' என்று தான் சங்க இலக்கியம் அகநானூற்றுப் பாடலொன்றில் (அக. பாடல் 1) கூறுகிறது.

அரிவாள்மனை சாணை தீட்டுபவர்களை தோளில் தூக்கிச் சுமந்த இயந்திரத்துடன், வாரச்சந்தை கூடும் இடங்களிலும் வீதிகளிலும் 'சாணை தீட்டலியோ, சாணை...' என்று கூவிக்கொண்டு வருவதைப் பார்க்கலாம்.

நீளிடைக் கங்குல்
ராஜி வாஞ்சி

இப்போது அரிவாள்மனையே அருங்காட்சியகப் பொருளாய் மாறிவிட்ட சூழல். பாவம் அதனருகிலேயே அந்தக் காரோடனையும் அனுப்பிவிட்டது உலகம்.

'சிறு காரோடன் பயினொடு
சேர்த்திய கல் போல் பிரியலம் என்ற சொல் தாம்
மறந்தனர்கொல்லோ தோழி' *(அக.1)*

சங்கப்புலவர் மாமூலனாரின் பாலைத்திணை பாடல், தலைவியின் பிரிவை வெளிப்படுத்துகிறது.

பயினொடு சேர்த்திய கல் - அரக்கினைக்* கொண்டு, நன்கு ஒட்டப்பட்ட சாணைக்கல் போல என்னை விட்டுப் பிரியாமல் இருப்பேன் எனக் கூறினான் தலைவன். சொன்ன சொல் மறந்து விட்டானே தோழி எனப் பிரிவு எண்ணிப் புலம்புகிறாள், தலைவி.

அரக்குப்பூச்சி என்பது ஒருவகைப் பூச்சி. அதனிடம் சுரக்கும் இயற்கை பசைப் பொருள் தான் அரக்கு என்பதாகும்.

மாற்றத்தையே அச்சாணியாகக் கொண்டோடும் காலச் சக்கரத்திற்கு இசைவாக நகரும் நல்லுயிர்கள் நலம்பெறும்... அல்லாதவை அல்லலுறும். இது, இயற்கையின் நியதியன்றோ? நீர் உரை மின்!

நீளிடைக் கங்குல்
ராஜி வாஞ்சி

6 செந்நாய் ஏற்றை... என்னே கருணை?

கொக்கு சைவக் கொக்கு
ஒரு கெண்ட மீனக் கண்டு
வெரதம் முடிச்சிருச்சாம்...

காதலைப் பற்றி எண்ணாத மனமொன்றில், காதல் வெடித்த நொடியது.

அப்படியில்லாமல் வயதுக்கே உரிய படபடப்புடன் காதல் முகிழும் நொடியென்பது... நொடியல்ல அது நொடியின் பின்னம்...

உயிரோடு உயிர் கலக்கும் நொடி பின்னம்...
உலகம் உறைந்துவிடும்...
பெற்றவரை மறக்கும்...
சுற்றம் மறக்கும்...
உற்றவரை உதறும்... மென்னுணர்வு மட்டுமே மேலோங்கி மிதக்கும் மிதக்க வைக்கும்... சிக்குண்ட சின்ன உள்ளங்களை

அதுவரை, சுவாரசியம் இல்லாமல் ஏதோ இயங்க வேண்டுமே என்று இயங்கிக் கொண்டிருந்த உலகம் மும்முரம் ஆகி விடும். முழுமூச்சாய் விழுந்து விழுந்து விபரங்கள் சேகரிக்கும்.

யார் வீட்டுப் பெண்? யாரிந்தப் பையன்? குறுகுறுப்பாய் குறுக்கு விசாரணையை கும்மாளமாய் தொடங்கும் மனம்.

இது வரை கூட பிரச்சனையில்லை, தவறும் கூட இல்லை. ஏனென்றால் காதலின் அதிர்வு அப்படி. பெரிய ஊர்களில், மாநகரங்களில், ஜனத்திரளில், வாகனத்தில் விரையும் நொடியில் பதிந்த காட்சி சிறு புள்ளியாய் கரைந்து, அவரவர் தம்முடைய எலிப் பந்தயத்தில் மறந்து விடுவார்கள்.

ஆனால் சின்ன ஊர்களில், கிராமங்களில் எல்லோரும் தெரிந்தவர்களாக இருந்த, இருக்கும் காலகட்டத்தில் கதை வேறு. ஒவ்வொரு குடும்பங்களின் வரைபடங்களை வரலாறு, புவியியல் விபரங்களை விரல் நுனியில் வைத்திருக்கும் ஊர்.

நீளிடைக் கங்குல்
ராஜி வாஞ்சி

சிறு மலர்கள் இரண்டு மொட்டு விரிக்கும் போதே முரசாய் ஒலிக்கும் குளக்கரை, ஆற்றங்கரைகளில். மொண்டு வரும் தண்ணீர்க்குடங்கள் தளும்பிச் சிதறி பல வீதிகளுக்குப் பயணப்படும்.

குலப்பெருமைகளும் சாதிய நெடிகளும்... சாத்திய கதவிற்குப் பின்னும் முன்வாசல் திண்ணையிலும் வெற்றிலைக்குச் சுண்ணாம்பாகும்.

சங்க காலத்தில், காதல் பட்டாம்பூச்சி சிறகுகளுடன் பவனி வந்தது. காலப்போக்கில் மெல்ல மகரந்த சுகந்தங்களைத் தொலைத்து மென்பட்டு வண்ணங்களை இழக்கத் தொடங்கியது.

காரணம்?

சமூகம் பொருளாதார வேறுபாட்டுடன், சாதியச் சாயங்களை இறக்கைகளில் பூசத் தொடங்கியிருக்குமோ?

விளைவு?

உடன்போக்கு. அப்போது தொடங்கிய உடன்போக்கு இன்றும் தொடர்கிறது.

இப்போது, ஒரு சங்க காலக் காட்சி. அதற்குள் போவதற்கு முன் ஜெயமோகனின் 'ஊமைச் செந்நாய்' ஒரு ஆங்கிலேயத் துரையின் ஆணவ ஆண்டான் மனப்போக்கையும், அவனிடம் அடியும் மிதியும் வாங்குவதற்காக உயிர் வாழும் அடிமை (மலைக்குடிவாசி) என்று செல்லும் கதை.

சமநிலை தவறிய சமூக அவலம் சொல்லும். அதே சமநிலை தவறுதலின் தொடக்கப்புள்ளிதான் உடன்போக்கு. இன்று அது வளர்ந்து கௌரவக் கொலையாகச் செழித்துள்ளது.

இவ் விதை காற்றில் கலந்து விட்டது.
வெளியில் பரவியது.
விசா பிரச்சனை எதுவும் இல்லாமல் கள்ளத்தோணி ஏறியது.
கடல் கடந்தது.
மேற்கு நாடுகளுக்கும் ஏற்றுமதி செய்துவிட்டோம்.

"சாதி இரண்டொழிய வேறில்லை" என்ற ஔவையும், "சாதிகள் இல்லையடி பாப்பா" சத்தமாய் பாடிய பாரதியும், அவன் தாசனும்

நீளிடைக் கங்குல்
ராஜி வாஞ்சி

மேலைநாட்டு மெய்நிகர் பட்டிமன்ற, சொற்பொழிவுகளில் பின்புலத் திரைகளில் சத்தமில்லாமல் சலிப்போடு இருக்கிறார்கள்.

சரி. இங்கே ஏன், 'ஊமைச் செந்நாய்' வந்தது?

உடன்போக்கு என்னும் சமநிலை தவறிய விளைவுக்காக வந்தது. 'செந்நாய்'க்காக வந்தது.

ஐங்குறுநூறு (397) பாடல் ஒன்றில், செந்நாய் பற்றிய குறிப்பு வருகிறது. வேட்டை நாயினத்தைச் சேர்ந்த செந்நாய் பற்றி சுருக்கமாகச் சொல்ல வேண்டுமானால் வேட்டை என்றால் வெறி கொண்ட வேங்கை.

சில ஆண்டுகளுக்கு முன்னர், வால்பாறை அருகே ஒரு சிறுத்தையை தாக்கிக் கொன்றதாக செய்தித்தாள்களில் செய்தியொன்று வெளியானது. அதற்கு இரை விலங்கின் அளவு வீரம், வீரியம் பற்றி எல்லாம் பொருட்டேயில்லை. 'போட்டுத் தள்ளு, போய்க்கிட்டே இரு' அவ்வளவுதான்.

இங்கே, அதன் வேட்டை வீரியத்தைக் கூற வரவில்லை, ஐங்குறுநூறு. அதன் 'தன்மை மாறிய தன்மையை'ப் பேசுகிறது பாடல்.

பாலைநிலம். பசி நேரம் வேட்டையைத் துவங்கும் ஆண் செந்நாய். கழுத்தில் கவிழ்ந்து கிடக்கும் பிடரிமயிர் கடுமையைக் கூட்டுகிறது. கண்கள் சுழல்கிறது. குத்திட்டு நின்ற திசையில் குட்டிகளை ஈன்ற தாய்ப்பன்றி தளர்ச்சியுடன்.

வேட்டைக்கு வேலையே இல்லை... விருந்து தயார்.
தாய்ப்பன்றி தனித்து ஓடாது.
கண் திறந்தும் திறக்காத பச்சிளம் குருளைகள்.
ஈன்ற குருளைகளை காக்கவே பாடுபடும்.

கொழுத்த காட்டுப்பன்றியின் கழுத்தைக் குறி பார்த்து பாய்ந்து கவ்வ வேண்டியது தான் பாக்கி.

வேட்டை விலங்கு இரையைத் தாக்கவில்லை. விலகிச் சென்று விட்டது.

நீளிடைக் கங்குல்
ராஜி வாஞ்சி

இந் நிகழ்வு சங்கப் புலவரின் (ஓதலாந்தையார்) கற்பனையாகக் கூட இருக்கலாம். ஏதோ இரு உயிர் கலந்து ஈன்றெடுத்த இன்னுயிர் காக்க, தன் வேட்டையை விடுத்து விலகுகிறது வேறொரு வலிய விலங்கு.

கவிழ் "மயிர் எருத்தின் செந்நாய் ஏற்றை
குருளை பன்றி கொள்ளாது கழியும்" *(ஐங். 397)*

உயர்ந்த உயிர்நேயம் பேணும் தன்மையைக் கூற வருகிறார்.

இப்போது இந்தக் கதையைச் சொல்வது யார்?
உடன்போக்குச் சென்ற தலைவி.

எங்கே இந்த காட்சியைக் கண்டாள்?
உடன்போக்கு சென்று, திருமணம் முடிந்து, தன் தலைவனுடன் ஊர் திரும்பும் வழியில் கண்ட காட்சியிது.

யாரிடம் இதைச் சொல்கிறாள்?
அதே ஊருக்கு, தமக்கு முன்னால் விரைந்து சென்று கொண்டிருப்போரிடம் கூறுகிறாள். (இவ்வாறு கூறுவதை மறுதரவு என்கிறது, சங்கஇலக்கியம்)

தாய்மை நலம் கருதி, கொடிய விலங்கு தன்னுடைய வேட்டையைத் துறக்கும் பாலைநில வழியாக வருகிறோம் என்று, தன் புன்னகை பூக்கும் தோழியர்க்கு தகவல் தரச் சொல்கிறாள்.

'நீர் உரை-மின் இன் நகை முறுவல் என் ஆயத்தோர்க்கே' என்கிறாள்.

சொல்லக் காரணம்?
செந்நாய் போல வீரம் மிகுந்த என் தலைவன், உடன்போக்கின் போது தொடர்ந்து வந்த என் சுற்றத்தாரைக் கண்டு அஞ்சுவது போல் மலையிடை மறைந்து அவர்களின் மேல் இரக்கம் கொண்டு கொல்லாமல் விட்டுச் சென்றான். இப்போது அவனுடன் உரிமையோடு வருகிறேன் என்று, ஒரு எச்சரிக்கை விடுக்கிறாளோ என்று எண்ணத் தோன்றுகிறது.

கபாலி மாதிரி, நான் வந்துட்டேன்னு சொல்லு என்கிறாளோ?

நீளிடைக் கங்குல்
ராஜி வாஞ்சி

இன்றைய சாதியச் சூழலில் கௌரவக் கொலை காலகட்டத்தில் இப்படித் துணிந்து பேச யாருக்கும் வாய்ப்புள்ளதா?

எத்தனை இளம் உள்ளங்கள் சொந்த ஊரை நெஞ்சில் தேக்கிக் கொண்டு தொலைதூர நாடுகளில் தேம்பியவாறே, தொலைக்காட்சி வழி தித்திக்கும் நினைவு தரும் தம் திண்ணை வாசலையும், தெருக்களையும், துளிர்க்கும் கண்ணீரோடு பார்த்துக் கொண்டிருக்கின்றனவோ? இதற்கான விடையை, நீர் உரை மின்!

7 தொட்ட காஞ்சி... தொடாக் காஞ்சி

ஓயாமல் சலசலக்கும் அடர்ந்த ஓக் மரங்கள்...

அசைவை குறைத்துக்கொண்டு... மெல்ல பசுமை மாறி மஞ்சளும் சிவப்புமாக மாறும் இலைகளை வேடிக்கை பார்த்துக்கொண்டிருக்கும் அக்டோபர் மாதம்.

மிதமான குளிர்... அவ்வப்போது அதிகமாகி காற்றடிக்கும் போது மட்டும் சில்லென ஊடுருவும் குளிர்... தொடரக் காத்திருக்கும் கடுங்குளிருக்குக் கட்டியம் கூறும் காலநிலை மாற்றம்.

மாலைநேர இருள் விரைந்து சூழும் பனிக்காலத் தொடக்கத்தில், முன்வாசலில் குடியேறும் சோளக்கொல்லைப் பொம்மைகளும் இளஞ்சிவப்பு பரங்கிக்காய்களின் அணிவகுப்பும் ஊரையே களைகட்டச் செய்யும்.

அடுத்தடுத்த நாட்களில் முன்திண்ணையில் தவழத் தொடங்கும் இலையுதிர்கால வண்ண வண்ண இலைகளும் சருகுகளும், தன்னுடன் குடியேறத் தொடங்கும் பொருட்களைக் கண்டு லேசாக அதிர்ந்து நடுங்கத் தொடங்கும்.

அதிபயங்கர உருவத்துடன் பேயுருவங்களும், எலும்புக்கூடுகளும், சிலந்தி வலைகளும், சூனியக்காரிகளும், பச்சைக் கண்களை உருட்டி மிரட்டும் கறுப்புக் பூனைகளும், வீட்டுக் கூரை முதல் முன்வாசலில் இருக்கும் செடி கொடியெல்லாம் பரவித் திரியும் வெள்ளைப் பஞ்சுப் பொதி ராட்சத ஒட்டடைகளும், அதில் மேயும் உள்ளங்கையளவு கருப்புச் சிலந்திகளும், திகில் படத்தில் வரும் கற்பனை பயங்கரங்களும் வெள்ளைச் சிறகாய் காற்றில் படபடக்கும் ஆவி உருவங்கள் இலையற்ற கிளைகளில் படபடக்கும்.

அச்சமூட்டும் கண்களும் முக்கோண வடிவ மூக்குமாய் வெட்டப்பட்ட பரங்கிக்காய், ஜாக் ஓ லாண்டர்ன் காலைநேரத்தில் சாதுவாகவும், மாலை மயங்க மயங்க அதன் உள்ளே ஏற்றப்பட்ட விளக்கொளியில் பயங்கரம் கூட்டும்.

நீளிடைக் கங்குல்

இரவுநேரம் இன்னும் இருளோடு அடர்வண்ண விளக்குகளும், ஓசைகளும், குளிரைத் தாண்டி எலும்பைச் சில்லிடவைக்கும் சூழல்.

அக்டோபர் 31. இந்தப் பயங்கரங்களின் உச்சகட்ட நாள் - இவைதான் மேற்குலகின் ஹாலோவீன் திருவிழாக் கோலம்.

மத்திய ஐரோப்பாவைச் சேர்ந்த கெல்ட்டிக் (செல்டிக்) பழங்குடி மக்களிடம் தொடங்கியது, இந்தப் பேய் விரட்டும் திருவிழா. இப்பகுதி தற்கால ஐரோப்பாவில், ஐரிஷ் நாடாக அறியப்படுகிறது.

ஐரிஷ் நாட்டினர், அமெரிக்க நாட்டிற்கு புலம்பெயர்ந்தபோது, அவர்களுடன் வந்த விழா, இன்று உலகின் பல பகுதிகளில் கொண்டாடப்பட்டு வருகிறது. இந்த விழாவின் பின்னணியில் ஐரிஷ் நாட்டுப்புற கதையொன்று உள்ளது.

ஜாக், அற்ப குணமும் தந்திரமும் கொண்ட ஒரு விவசாயி. ஒரு பேயை பலவிதமாக ஏமாற்றி வந்தான். அதனால் கோபமுற்ற அது, ஜாக் இறந்தவுடன் ஒற்றை விளக்குடன் பூமியில் அலைந்து திரியுமாறு சபித்து விடுகிறது.

அந்த தந்திரக்கார விவசாயி இறந்தவுடன், டர்னிப் கிழங்கில் ஒற்றை நிலக்கரித் துண்டின் வெளிச்சத்தில் சுற்றி அலைவதாக கதை முடிகிறது. அவனிடமிருந்து தப்ப மாறுவேடம் போட்டுக் கொண்டு, வீட்டின் முன்புறம் அவன் அச்சப்படும்படி கோரமாக அலங்கரிப்பதும் ஒரு பாரம்பரிய நீட்சியாகும்.

அமெரிக்காவில் டர்னிப் கிழங்குகளை விட அதிகமாக விளையும் பரங்கிக்காய்களைப் பயன்படுத்த காலப்போக்கில் மக்கள் மாற்றிக் கொண்டனர்.

அக்டோபர் மாதத்தின் கடைசி நாளானது, பண்டைய ஐரிஷ் நாட்டில் வெயில் காலம் முடியும் நாள். அதுவே அறுவடைக்காலமும் முடியும் தருணம். அடுத்து வரும் பருவம் கடுங்குளிர்காலம். இந்த நாளில் இறந்து போன முன்னோர்கள் பூமிக்கு அருகில் வருவதாக நம்பினார்கள். அன்று அவர்களை நினைத்து சிறப்புப் படையல்கள் செய்வதும் நடைபெற்று வந்துள்ளது. இது, சமயத்திற்கு சமயம் வேறுபடுகிறது.

நீளிடைக் கங்குல்

நல்ல ஆவிகளுடன் சேர்ந்து பல தீயசக்திகளும் ஆவிகளும் பூமியை நெருங்கி வரும் என்ற அச்சமும் அவர்களிடையே நிலவியது. இவ்வாறு வரும் தீயசக்திகளை, டர்னிப் கிழங்கில் வைத்து எரிக்கப்படும் விளக்கும் அதிலிருந்து வரும் புகையும் விரட்டி அடித்துவிடும் என்பது அக்கால நம்பிக்கையாக இருந்துவந்துள்ளது. அதன் தொடர்ச்சி தான் இன்றும் ஆண்டுதோறும் பல்லாயிரக்கணக்கான பரங்கிக்காய்கள், ஜாக் ஓ லாண்டர்ன் ஆக உருமாறுகின்றன.

தீய ஆவிகளிடம் இருந்து மறைந்து கொள்வதற்காக அன்று மாறுவேடம் பூண்ட பழக்கம், இப்போது குழந்தைகளின் கொண்டாட்டமாக, கேளிக்கையாக மாறியுள்ளது.

மாலைநேரம், இருள் சூழ்ந்து வரும் நேரம். சிறுபிள்ளைகள் முதல் பதின்ம வயதுக் குழந்தைகள் வரை வகைவகையான அச்சமூட்டும், சுவாரசியமான வேடங்கள் அணிந்து அக்கம்பக்க வீடுகளுக்குப் படையெடுத்து வருவார்கள். வீதியெங்கும் ஒலிக்கும் குழந்தைகளின் கூக்குரல்...

ட்ரிக் ஆர் ட்ரீட் ...
ட்ரிக் ஆர் ட்ரீட் ...

எனக்கான விருந்தை / படையலை (இனிப்பு) தருகிறாயா அல்லது மாயமந்திரம் செய்யவா என்று பொருள்படும்படி, ட்ரிக் ஆர் ட்ரீட் என்று கோஷம் போட்டுக் கொண்டு வரும் குழந்தைகளின் குஷிக்கு அளவே இருக்காது.

வீட்டில் உள்ள பெரியவர்கள், இனிப்பு மிட்டாய்களை வாங்கி வைத்துக்கொண்டு, 'ட்ரிக் ஆர் ட்ரீட்' என்று கும்மாளமிட்டுக் கொண்டு வரும் குழந்தைகளுக்கு ஆசையாய் அள்ளிக் கொடுப்பார்கள்.

விஞ்ஞான வளர்ச்சிக்கு முன் தோன்றிய நம் பண்டைய தமிழர் வாழ்வியலிலும் இவ்வாறான தீயசக்திகள், பேய், பூதம் போன்றவைகளைப் பற்றி நம் சங்க இலக்கியத்தில் பல குறிப்புகள் உள்ளன. தமிழ்நாட்டிலும் அதே போல், பார்க்கவே பயங்கரத் தோற்றமளிக்கும் வகையில் வேடமிட்டுக் கொண்டு வந்து, வேண்டுதல் செலுத்துதல் வழிபாடு செய்வது என்பதை இன்றும் காண முடிகிறது.

நீளிடைக் கங்குல்
ராஜி வாஞ்சி

குறிப்பாக, தமிழ்நாட்டின் வடபகுதியில், மாசி மாதம் கொண்டாடப்படும் 'மயானக் கொள்ளை' என்ற விழாவைச் சொல்லலாம். பல குடும்பங்கள் அதனை முன்னோர் வழிபாடாகத்தான் அனுசரிக்கின்றனர்.

மதுரை மற்றும் தென்மாவட்டங்களில் மாரியம்மன் திருவிழாக்களில் இவ்வாறு வேடமிட்டுக் கொண்டு வந்து வழிபாடு செய்வது வழக்கத்தில் உள்ளது. நம் தமிழ்ச் சமுதாயத்திலும் அறுவடைக் காலமான தை மாதப் பொங்கல் சமயத்தில் முன்னோர் வழிபாடு செய்வது இன்றும் பல குடும்பங்களில் பரவலாகக் காணப்படுகிறது.

மனித நாகரிகம் தொடங்கிய காலம் முதலே பேய்களும் ஆவிகளும் மனித இனத்தின் மனக்காட்சிகளாக வருகிறது போலும். அவன் அறியாத பலவிதமான இயற்கைக்கூறுகள் அச்சமூட்டக்கூடியதாக மாறி இன்றும் அவை தொடர்ந்து வருகின்றன. அதற்குச் சான்றாக பல சங்க இலக்கியப் பாடல்களில் பேய் பற்றிய குறிப்புகள் உள்ளன.

புறநானூற்று துறைகளைப் பற்றி விரிவாகப் பேசும் 'புறப்பொருள் வெண்பா மாலை' என்ற நூல் பேய்க்காஞ்சி, தொட்டகாஞ்சி, தொடாக் காஞ்சி என பல்வேறு தகவல்களைக் கொண்டுள்ளது. இவையனைத்தும் போர்க்காலக் காட்சிகள் பேசும் புறத்திணை பாடல்களாகும்.

வீர விழுப்புண்களோடு உயிருக்குப் போராடும் வீரனை அச்சுறுத்தும் வண்ணம் பேய் மகள் செய்யும் செயல்களைப் பாடுவது பேய்க்காஞ்சி என்கிறது. ஒருவன் மரணத்தறுவாயில் இருக்கும் போது ஏற்படும் மரணபயம், இயலாமை, போரில் பட்ட விழுப்புண்களின் வேதனை அனைத்தும் கூறும் படிமமாகக் கூட பேய்கள் என்று பாடப்பட்டிருக்குமோ என்று தோன்றுகிறது.

குருதியில் மிதக்கும் வீரனை அச்சுறுத்த அவனை நெருங்கியும், சுற்றிச் சுழன்றும், தன்னுடைய உருவத்தை மாற்றிக் காட்டியும், பயங்கரத் தோற்றம் காட்ட குடலை மாலையாக அணிந்து ஆடுதல் என்று, போர்க்களக் காட்சியின் பயங்கரத்தை பேய்களின் துணையோடு கண்முன்னே காட்டுகிறது.

நீளிடைக் கங்குல்
ராஜி வாஞ்சி

விழுந்து பட்டுக் கிடக்கும் வீரனின் விழுப்புண்களைத் தொட்டு இம்சிக்கும் பேய்களுமுண்டு. அதைக்கூறும் துறையை 'தொட்ட காஞ்சி' என்று வரையறுக்கின்றனர்.

அவ்வாறு பேய்கள் தொல்லை தராது இருக்க, அந்த வீரனின் மனைவியும் சுற்றமும் ஐயவி என்னும் வெண்கடுகை, குங்குலியம், அகில் முதலிய நறுமணப் பொருட்களுடன் சேர்த்து புகைய விடுவார்கள். அந்த நறுமணப் புகைக்கு பேய்கள் அஞ்சி அருகில் வராது என்ற நம்பிக்கையிருந்துள்ளது. அருகில் வர முடியாததால், வீரனின் விழுப்புண்களைத் தொட்டு அச்சப்படுத்த முடியாது என்பதால் இத்துறையை 'தொடாக் காஞ்சி' என்றனர்.

சங்க இலக்கியப் பாடல்களில் சான்று காணச் சென்றால் திருமுருகாற்றுப்படை, புறநானூறு, பதிற்றுப்பத்து, நற்றிணை, கலித்தொகை என எட்டுத்தொகை மற்றும் பத்துப்பாட்டு நூல்களில், பேய்களின் நடமாட்டம் நிறையவே காணக் கிடைக்கின்றன.

'தாவின்று உதவும் பண்பின் பேயோடு
கணநரி திரிதரும் ஆங்கண் நிணன்அருந்து
செஞ்செவி எருவை குழீஇ
அஞ்சுவரு கிடைக்கைய களங்கிழ வோயே!' *(புற. 373)*

புறநானூற்றுப் பாடல் 373இல் சங்கப்புலவர் கோவூர்கிழார், சோழன் குராப்பள்ளித் துஞ்சிய கிள்ளிவளவனின் போர்த்திறனையும் வீரத்தையும் ஈகையையும் சிறப்பித்துக் கூறும் இப்பாடலில், களத்தில் காணும் பேய்களைப் பற்றியும் பாடிச் செல்கிறார்.

பேய்க்கூட்டமும் நரிக்கூட்டமும் போர்க்களத்தில் இறந்துபட்ட உடல்களைத் தின்பதற்குத் திரியும். அவற்றுடன் சிவந்த காதுகளையுடைய ஊன் தின்னும் கழுகுகளும் சூழ்ந்து சுற்றித் திரிவதைக் காண அச்சம் தருவதாக உள்ள போர்க்களத்தை உன் உரிய இடமாக கொண்டவனே... என களம் பாடுகிறார்.

அடுத்து, திருமுருகாற்றுப்படை கூறும் பேய்மகளின் விவரிப்பு நடுக்கமுறச் செய்வதாக உள்ளது.

பேய்மகளின் துணங்கை

உலறிய கதுப்பின் பிறழ்பல் பேழ்வாய்
சுழல் விழிப் பசுங்கண் சூர்த்த நோக்கின்
கழல்கண் கூகையொடு கடும் பாம்பு தூங்கப்
பெருமுலை அலைக்கும் காதின் பிணர் மோட்டு
உருகெழு செலவின் அஞ்சுவரு பேய்மகள்
குருதி ஆடிய கூர் உகிர்க் கொடுவிரல்
கண் தொட்டு உண்ட கழிமுடைக் கருந்தலை
ஒண் தொடித் தடக் கையின் ஏந்தி வெருவர
வென்று அடு விறற் களம் பாடி தோள் பெயரா
நிணம் தின் வாயள் துணங்கை தூங்க *(47 – 56) (திரு.ஆற்று)*

காய்ந்த தலைமுடியுடன், வரிசையற்ற பிறழ்ந்த பற்களுடன் பேழை போன்ற வாயுடன், சுற்றிச் சுழலும் பயங்கரத் தோற்றம் தரும் பச்சைநிறக் கண்களையும் (இப்போதும் பெரும்பான்மையாக திகில் படங்களில் பேய்களுக்கு உலகளவில் பச்சைநிறக் கண்களை வடிவமைப்பது அப்போதே, சங்ககாலப் பாடலில் ஒரு குறிப்பாகக் கூறப்பட்டுள்ளது என்பது வியப்பிற்குரிய ஒரு செயல்தானே!)

ஆந்தையும் பாம்பும் உடன் உறங்கத்தக்க அளவு பெருத்த காதுகள் அங்குமிங்குமாக அலைந்து அதீத பயங்கரத் தோற்றமளிக்கிறாள். அவள் நடையோ, பயங்கரம். நடனமோ, அதிபயங்கரம். குருதியை அளைந்த கூர்நகத்துடன் விரல்கள் நீண்டு, கண்களைத் தோண்டி உண்ட கைகளில் முடை நாற்றம் மிகுந்த தலையில் தாங்கிய படி அழிவைத் தரும் போர்க்களத்தைப் பாடிக் கொண்டும், நிணம் தின்னும் வாயுடன் தோள்களை அசைத்துப் பாடும் துணங்கைக் கூத்தை ஆடிவருகிறாள் என, முழுநீளத் திரைப்படம் போல கண்களுக்கு முன் காட்சியை விரிகின்றது.

புறநானூற்றுப் பாடல்கள் 371 மற்றும் 361 இத்தகைய கோரக் காட்சிகளைக் கூறுகின்றன.

அடுத்த ஆண்டு, ஹாலோவீன் திருவிழாவிற்கு வேடமிட இந்த சங்க இலக்கியப் பாடல்களை கையேடாக வைத்துக் கொள்ளலாம் போல் இருக்கிறது. அத்தனை தகவல்கள் தோண்டத் தோண்ட புதையலாய் பொதிந்துள்ளன. சங்கப் பாடல்களில் பேய், பூதம் இவற்றிற்கு வெவ்வேறு சொற்கள் பயன்பாட்டில் இருந்துள்ளன என்பதும் கூடுதல் சுவைத் தகவலாகும்.

பேய்களும் தீயசக்திகளும் உண்மையோ? மனமாயையோ? அதற்கு வளர்ந்து கொண்டே வரும் விஞ்ஞான உலகம் பதில்

சொல்லட்டும். ஆனால் மனம் என்னும் மாயப்பேய் மட்டும் மந்திர தந்திரங்களைத் தாண்டி, மனித குலத்தைத் தன் கட்டுப்பாட்டில் வைத்துக் கொண்டு உலகை ஆட்டிப்படைத்துக் கொண்டிருக்கிறது என்பது மட்டும் கண்கூடு.

இதோ இன்று அக்டோபர் 31 ஆம் நாள்.
இருள் சூழத் தொடங்கிவிட்டது.
வாசலில் குழந்தைகளின் கூக்குரல் மெல்ல ஒலிக்கத் தொடங்குகிறது...
'ட்ரிக்... ஆர்... ட்ரீட்...'
'ட்ரிக்... ஆர்... ட்ரீட்...'

ட்ரிக் வேண்டாம் மாயா... மனமே...
டிரீட் வேண்டும் வாழ்வாய்... சரிதானே? நீர் உரை மின்!

✻

8 அன்புசூழ் உலகு

சங்க இலக்கியம் பேசுவது, அகமா? புறமா?

அறம் பேசும்... அது அகத்திலும் புறத்திலும் அறம் பேசும்...

ஆகஸ்ட் மாதம், 2020. அடங்கிய ஊர் நடுங்கியது... ஆயிரமாயிரம் கேள்விகள்... அச்சங்கள்... ஐயங்கள்...

மெல்ல புலர்ந்து கொண்டிருந்த காலை நேரம் 6.30 மணி. சென்னை அண்ணா அரங்கம் அருகில் தாயும் மகளும்.

கண்களில் தயக்கம்... யாரைக் கேட்பது, எப்படிக் கேட்பது? என்று குழப்பம். கடந்து சென்றனர் பலர், கைபேசியின் திரையின் புள்ளிகளாய் மறைய. ஓரிருவர் நடையின் வேகம் குறைத்தவாறு திரும்பிப் பார்த்து நடக்க, சட்டென மகள் பயத்துடன் வேறுபக்கம் திரும்பிக் கொண்டாள். மனசு படபடவென்று அடித்துக் கொண்டது. அம்மாவின் கையைப் பிடித்துக் கொண்டாள். காய்ப்பு தட்டிய உள்ளங்கை ஒரு பாதுகாப்பைத் தந்தது.

தாயோ, கடந்து செல்பவரைக் கேட்பதா? கடந்து போய் அந்தப் பக்கம் உள்ள தேநீர்க் கடையில் யாரையாவது விசாரிப்பதா? என்று, முன்னும்பின்னுமாக அலைந்தார்.

'ஏண்டி, மணி என்ன இப்போ? எத்தனி மணிக்குள்ள நீ அங்க உள்ளாற போகணும்?' என்று திடுக்கிட்டு மகளிடம் கேட்டார்.

'மணி 6.30 தாம்மா ஆகுது. 8.30 மணிக்குப் போனா போதும்' என்று மகளின் வாய் சொன்னாலும், மனம் தடதடத்துக் கொண்டிருந்தது.

'சுருக்க யாரையாவது கேளுப்பா. நாம வந்து நிக்கிற இடம் சரியா, இல்ல வேற எங்கயும் போகணுமான்னு தெரியலயே...' தாய் மகளைத் தூண்டினார்.

நீளிடைக் கங்குல்

முதல்முறை சென்னைக்கு, அதுவும் தனியாக வந்த பதைப்பு. தொலைக்காட்சி செய்திகள் தரும் பாதிப்பு என அலைக்கழித்தன. இவர்களைக் கடந்து சென்ற ஒருவர், காலை நடைப்பயிற்சி முடிந்து வந்ததைப் பார்த்தவளுக்கு சற்றுத் தெம்பும் துணிவும் வர அணுகினாள்.

"சார்... அண்ணா அரங்கம் எப்படிப் போகணும்? இன்னிக்கி எனக்கு அங்க அக்ரி கவுன்சிலின் இருக்கு. 8.30 மணிக்கு அங்க இருக்கணும்..." என்று, அவர் குறுக்கிடும் முன் படபடவென்று சொல்லி முடித்தாள்.

"சரியாத்தாம்மா வந்திருக்கீங்க. இதோ, இப்பிடிப் போனா ஒரு இரண்டு மூணு நிமிஷத்துல நடந்துபோயிரலாம்" என்றவர்,

"எங்கிருந்தும்மா வந்திருக்கீங்க..." என்றவரிடம், இதற்குப் பதில் கூறலாமா, வேண்டாமா என்று தயங்கியபடியே அம்மாவை திரும்பிப் பார்க்க...

அம்மா கிடைத்த உதவியை பற்றிக்கொண்டு மேலே ஏறிவிட வேண்டும் என்று முழுமூச்சில் இறங்கினார். தயக்கம் எல்லாம் தவிடுபொடியானது. "நாங்க திருச்சிப் பக்கம் கிராமம்யா... புள்ளய காலேஜ்ல சேக்க கூட்டியாந்தேன்..." என்றவர்,

மகளிடம், 'ஏம்ப்பா, அந்தக் கடுதாசிய ஐயாகிட்ட காட்டி வெவரத்த கேட்டுக்கவே" என்று முனைப்பானார்.

அறிவிப்புக் கடிதத்தைப் பார்த்த ஐயா, ஒரு நொடி திகைத்துவிட்டார். எப்படி இதைச் சொல்வது என்று புரியவில்லை.

ஏதோ சரியில்ல, தாய் மனம் பதறியது.

"என்னாச்சு சார்..."குரல் கம்மியது. மகளுக்கு கண்ணீர் தளும்பியது.

இவர்களைக் கடந்து சென்ற நடுத்தர வயது நண்பர்கள் இருவர் நடை தேய தேங்கினர்.

"என்ன சார், எதுவும் பிரச்சனையா... என்னாச்சு?" என நெருங்கி வந்தனர்.

நீளிடைக் கங்குல்

“ஆமா சார். இவங்க திருச்சி பக்கத்துலேர்ந்து காலையில் அக்ரி கவுன்சிலிங்க்கு அண்ணா அரங்கத்திற்கு வந்திருக்காங்க.”

“லெட்டரைப் பார்த்தா தேதி, நேரம் எல்லாம் சரியா இருக்கு. ஆனா ஊர் மட்டும் கோயமுத்தூர்னு போட்டுருக்கு. அதான் ஒன்னும் புரியல” என்றார்.

தாயும் மகளும் உறைந்து போயினர்.

அனைவருக்கும் அடுத்து என்ன செய்வது என்று பிடிபடவில்லை.

“கோயமுத்தூரா... அது கெழக்கா, மேக்கான்னு கூடத் தெரியாதே” தாய் அரற்றினார்.

முதலாமவர், ‘அம்மா, கவலைப்படாதீங்க. பார்ப்போம்” ஏதாவது செய்ய முடியுமா என்று யோசித்தார்.

மற்றவர், “எப்பிடி இப்பிடி தப்பா பார்த்துச் சொல்லிட்டாங்களே” என்றதில் ஒரு அக்கறையும் பரிவுமே ஒலித்தது.

முகம் தெரியாத, முளைத்து வரும் ஒரு குருத்திற்காக திடீரெனெ மூவரணி அமைந்தது. ஓரிரு நிமிடங்கள் குழுமி பேசினார்கள். ஒருவரின் கைபேசியலை சென்னைக்கும் கோயமுத்தூருக்கும் விடாமல் ஐந்தாறு முறை பயணப்பட்டுக் கொண்டிருந்தது.

இரண்டாமவர், திடீரென ஞாபகம் வந்தது போல் சாலையைக் கடந்து போய் தாய்க்கும் மகளுக்குமாக தேநீரும் ரொட்டியும் வாங்கி வந்தார். மூன்றாமவர், சென்னை விமான நிலையத்தைத் தொடர்பு கொண்டு நிலைமையை விவரித்தார்.

முதலாமவர், கோயமுத்தூர் நண்பரை அழைத்து, கவுன்சிலிங் நேரத்தை மதியத்திற்கு மாற்ற முயன்றார்.

‘பரிட்சை நேரத்துல முடியாமக் கெடந்து, எப்படியோ நல்லா எழுதி நெறைய மார்க் வாங்கி, நல்ல காலேஜ் கெடக்கிற நேரத்துல வந்த சோதனையப் பாரு’ என்று புலம்பி, முந்தானையில் கண்ணைத் துடைத்தார் தாய்.

நீளிடைக் கங்குல்
ராஜி வாஞ்சி

56

மகள் என்ன சொல்வது என்று புரியாமல், நடுவீதியில் அழுது விடக் கூடாதே என்று தன்மானம் காக்க தடுமாறிக் கொண்டிருந்தாள்.

'அம்மா... உங்க இரண்டு பேருக்கும் கோயமுத்தூர் போக விமானத்துல டிக்கெட் எடுத்தாச்சு. அங்க கவுன்சிலின் நேரம் மாத்தியிருக்கு. அதுனால நேரத்துக்குப் போயிருவீங்க, கவலைப்படாதீங்க...'' என்றார், முதலாமவர்.

''ஐயா... அதுக்கெல்லாம் காசு யாரு கொடுத்தா? அங்க யாரையும் தெரியாதே, எப்படி நான் போவேன்? எம்புள்ளயக் கூட்டிக்கிட்டு...'' தொடர முடியாமல் தழுதழுத்தார் தாய்.

''அம்மா, காசு பத்தி ஒன்னும் பிரச்சனையில்ல. ஒரு புள்ள படிக்க நாங்க மூணு பேரும் அதை ஏத்துக்கிட்டோம்... அத விடுங்க.''

''இந்தா பாருங்க, நண்பர் உங்களுக்கு காலை சாப்பாடு வாங்கிட்டு வந்துட்டார். அதைக் கையில வச்சுக்கங்க. ஆட்டோல ஏத்தி விமான நிலையத்துக்கு அனுப்புறோம். ஆட்டோ டிரைவர் நமக்குத் தெரிஞ்ச பையன்தான். உங்கள பத்திரமா கொண்டு போயி அங்க விட்டுருவாரு.''

''கோயமுத்தூர் விமானத்துல பார்த்து ஏத்தி விடற வரைக்கும் உள்ளாற விமான நிலையத்துல நம்ம இந்த நண்பர் ஏற்பாடு செய்துட்டார். ''

''கோயமுத்தூர்ல உங்களை அழைச்சுட்டுப் போக ஏற்பாடு பண்ணியாச்சு...''என்று சொல்லும்போதே ''அன்புசூழ் உலகு'' என்ற சொற்றொடரோடு வட்டமடித்து வந்து நின்றது ஆட்டோ.

சென்னையில் இந்நிகழ்வு நடந்ததாக சமூகவலைத்தளங்களில் பகிரப்பட்டது. இது உண்மையோ, கற்பனையோ தெரியாது. ஆனால் இப்படியொரு இக்கட்டான சூழலில் மனிதநேய மாண்புகள் இவ்வாறு செயல்படுவதுதான் அறம் என்கிறது சங்க இலக்கியப் பாடலொன்று.

எப்படிச் சொல்கிறது?

இதோ இப்படி... 'ஆற்றுதல்' என்பது ஒன்று அலந்தவர்க்கு உதவுதல்.

நீளிடைக் கங்குல்

எங்கே சொல்கிறது ?

கலித்தொகைப் பாடல் 133இல் (புலவர் நல்லந்துவனார் எழுதியது)

இந்த வரி என்ன அறம் பேசுகிறது?

'ஆற்றுதல்' என்ற அறம் கூறுகிறது. ஆறுதல் கூறுதல். உதவி செய்தல், வழிகாட்டுதல் பற்றி பேசுகிறது.

யாருக்கு ஆறுதல்... உதவி வழி காட்டுதல்?

அலைக்கழிக்கப்படுபர்களுக்கு. இக்கட்டில் தவிப்பவர்களுக்கு உதவுதல் அறம்.

''மா மலர் முண்டகம் தில்லையோடு ஒருங்கு'' எனத் தொடங்கும் இந்த கலித்தொகைப் பாடல் ,அகத்திணையில் தலைவனை அறம் கூறிக் கண்டிக்கிறது. 'ஒரு உயிரின் அலைக்கழிப்பிற்கு நீ காரணம் ஆகாதே' என்று கூறத்தான் வரிசையாக பல்வேறு ஒழுக்க விழுமியங்களை வரிசைப்படுத்துகிறது.

அகம் பேச வந்து அறம் பேசுகிறது...

'ஆற்றுதல்' என்பது ஒன்று அலந்தவர்க்கு உதவுதல்;
'போற்றுதல்' என்பது புணர்ந்தாரைப் பிரியாமை;
'பண்பு' எனப்படுவது பாடு அறிந்து ஒழுகுதல்;
'அன்பு' எனப்படுவது தன் கிளை செறாஅமை;
'அறிவு' எனப்படுவது பேதையார் சொல் நோன்றல்;
'செறிவு' எனப்படுவது கூறியது மறாஅமை;
'நிறை' எனப்படுவது மறை பிறர் அறியாமை;
'முறை' எனப்படுவது கண்ணோடாது உயிர் வௌவல்;
'பொறை' எனப்படுவது போற்றாரைப் பொறுத்தல்; *(கலி. 133)*

காதல், ஊடல் முதலிய உள்மன உணர்வுகளைப் பேசும் அகப்பாடல் எவ்வளவு வாழ்வியல் விழுமியங்களைக் கூறுகிறது. இந்த நெறிமுறைகளை அறிந்து நடந்தால், அகவாழ்வும் சிறக்கும் புறவாழ்வும் சிறக்கும்.

இந்த சங்கப்பாடல் கூறும், 'அலைக்கழிக்கப்பட்டவருக்கு உதவும் மனம்' நம் மரபணுக்களில் இன்னும் மிச்சமிருக்கிறது. சரிதானே ? நீர் உரை மின்!

நீளிடைக் கங்குல்

9 முன்றில்... வருவீர் உளரோ?

திண்ணை காலையிலிருந்து களை கட்டி விட்டது.

போன வாரம், வலதும் இடதுமாகக் காத்திருந்த பச்சையும் புழுங்கலும் ஒரே தாளகதியில் முறங்களில் மோதி ஓசையெழுப்பிக் கொண்டிருந்தன.

இனி இதைப் புடைத்து, சுத்தம் செய்து உமி, தவிடு நீக்கி, பெரிய குருணை, பொடிக்குருணை பிரித்து, கோழிக்குத் தீனியாக மட்டுமாகும் குருணையை, சின்ன கூடையிலிட்டு பத்திரப்படுத்தி என, நூல் பிடித்தது போல் இன்னும் நான்கு நாளைக்கு எண்ணம், சிந்தனை எல்லாம் இதைச் சுற்றியே சுழலும்.

“அம்மா... சண்முகம் வந்திருக்கேன்... அடுக்குச் சட்டி, சொருகு தூக்கு எடுத்தாந்திருக்கேன்...” அடுத்த வீட்டு அக்கா, அகலக் கூடையை இறக்க உதவி செய்ய திண்ணையில் ஆசுவாசமாகும் பாத்திரக்காரரர்.

மடிப்புக் கலையாமல் புடவைகளை விரித்துக் காட்ட, தடித்த சமுக்காளத்தைப் பரப்பும் புடவைக்காரருக்கு புத்துணர்ச்சி தரும் திண்ணை.

பக்கச் சுவர்களில் பளிச்சிடும் பால் கணக்கு, மோர் கணக்குக்காக கோடு போடப்பட்ட கையேடாய்... கடந்து போகும் கதை பேசும் திண்ணை...

ஈயம் பூச... சாணை தீட்ட.... மதியநேரக் குட்டித் தூக்கத்திற்கு திண்ணை.

கொஞ்சம் காவல் தளர்த்தும் நேரம், தலைகாட்டும் குமரிப்பெண்கள் கூடும் கிராமத்துத் திண்ணை.

வீட்டின் பிற்பகுதியில், வீட்டுவேலைகளில் மருமகள்கள் மூழ்கியிருக்கும் நேரத்தில், முன்வாசலை எட்டி எட்டிப் பார்த்துக்

நீளிடைக் கங்குல்

கொண்டு மும்முரமாய் மாமியார்கள் மாநாடு கூடுமிடம், சாயங்கால பேச்சுத் திண்ணை.

வேலைகளை முடித்து, களைத்து வரும் மருமகள் மனசு திறக்க திண்ணை... தாத்தாவின் தாளக் கச்சேரிக்கு... பாட்டிக்கு மோர்மிளகாய் காய்வதற்கு.

சனி, ஞாயிறுகளில் சந்தைக் கடை சலசலப்பாய் சகல அலுவலக அரசியல் முதல் சர்வதேச அரசியல் பேசும் களமாய் மாறும் முன்வாசல் திண்ணைக்கு, மூன்று முறை காபியும் சொம்பு நீரும் சமகால இடைவெளியில் நடை பயிலும்...

அதிகம் வெளிச்சமில்லாத திண்ணையின் கருங்கல் மீது உட்கார்ந்து நேரம் போவது தெரியாமல், 'இதுதான் இலக்கியப் பரிமாற்றம்' என்ற எந்த பிரக்ஞையுமின்றி ஆழ்ந்த சிந்தனைகளும் அகநானூறு, புறநானூறு, குறுந்தொகைக் காட்சிகளை மெல்லிய குரலில் தினமும் பேசி, திண்ணை விட்டு நீங்கி கோலம் போடும் இடத்தில் ஒருக்களித்து சாய்த்த சைக்கிளுடன் பேசி... பேசி... பிரிய மனமில்லாமல் பிரியும் ஆத்மார்த்த நட்புகள்.

கல்யாணம், காதுகுத்து, செய்முறை, நல்லது கெட்டது, பஞ்சாயத்து, குழந்தைகளின் கல்லூரிப் படிப்பைப் பற்றிய விவாதங்கள், திருமண பரிவர்த்தனைகள் பேசி முடிப்பது, தேதி குறிப்பது என, ஒரு வீட்டின் திண்ணை என்பது வாழ்வியலின் ஒரு பகுதியாகப் பயணித்தது.

சலனமில்லாத திண்ணைகள் இப்போதும் உண்டு. பாவம், ஜனங்களைக் காண காத்துக் கிடக்கின்றன...

ஜன நெருக்கடியுள்ள இடங்களில் உள்ள திண்ணைகளோ பாவம், இருந்த இடம் தெரியாமல் சிறுகடைகளாக மாறி மூச்சுத் திணறிக் கொண்டிருக்கின்றன...

விருந்தோம்பலின் முதல் முகவரியாக இருந்தன முன்றில்கள் எனப்படும் திண்ணைகள். இல்லத்தின் முன்பகுதியில் முழு அரசாட்சி செய்தவொரு வெளி. இல்முன் முன்றில் என்றானது இலக்கணப் போலி என்கிறது, தமிழ் இலக்கணக் குறிப்பு.

இன்று நேற்றல்ல; இரண்டாயிரம் ஆண்டுகாலமாக முன்றில் திண்ணை நம்முடன் பின்னிப் பிணைந்து கிடக்கிறது. நம்

நீளிடைக் கங்குல்
ராஜி வாஞ்சி

மரபணுக்களில் மகிழ் தருணங்களை நிரப்பியுள்ளன போலும். அதனால்தான் அதை கட்டுமானத்தின் ஒரு பகுதியாகப் பார்க்க மனம் மறுகுகிறது.

சங்க இலக்கியத்தில் முன்றில்களுக்கு சான்றெடுக்கச் சென்றால், முன்பக்கத்துத் திண்ணையோர நெல் மூட்டைகளாக அடுக்கிக்கொண்டே போகலாம்...

முதலில், முசுண்டை மலரும் முன்னைக்கீரையும் முகிழ்த்துப் படரும் முன்முற்றத்துடன் 320ஆம் புறநானூற்றுப் பாடல் வருகிறது.

'முன்றில் முஞ்ஞையொடு முசுண்டை பம்பிப்
பந்தர் வேண்டாப் பலாத்தூங்கு நீழல்' *(புற. 320)*

சங்கப்புலவர் வீரைவெளியனார், இப்பாடலில் அழகிய வேட்டுவக் குடிலின் முன்புள்ள முன்றிலை நமக்குக் காட்சியாக்குகிறார்.

முசுண்டை மலரும் முன்னைக் கீரையும் (மின்னக்கீரை என்று அழைக்கப்பட்டு, கிராமங்களில் சமைக்கப்படுகிறது என்பது இணையத் தகவல்) செழித்து வளர்ந்து, பெரிய பலாமரங்களின் மீது படர்ந்து பரவிக் கிடக்கின்றன. அதன் நிழல் எங்கும் நிரவியிருப்பதால், தனியாக வெயில் தாங்க பந்தலொன்று தேவைப்படவில்லை. (பந்தர் வேண்டாப் பலாத்தூங்கு நீழல்)

தண்ணிழலும் குளுமையும் சூழ்ந்த வாழ்விடம், அங்கு வாழும் மக்களுக்கும் குளிர்மனம் தரும் போலும். இப்பாடலில் வரும் தலைவி, யானை வேட்டையில் சிறந்த அவள் கணவன் முன்முற்றத்தில் உறங்குகிறான். அவனை எழுப்ப வந்த அப்பெண், பலாப் பந்தலின் கீழ் இணையாக இன்புற்றிருந்த பிணைமான்களைக் காண்கிறாள்.

வேட்டுவக் கணவன் எழுந்தால் அவற்றை கொல்லுவானே என்ற அச்சத்தாலும், அவைகளின் தனிமையின்பம் கெட்டு விடக் கூடாது என்றும், ஓசைப்படாமல் ஒதுங்கி வீட்டிற்குள் இருக்கிறாள் என்று மனநுட்பம் பேசுகிறது, இந்தப் புறப் பாடல்.

வழிந்தோடும் அன்பை விருந்தோம்பலில் காட்டும் பண்பை, வரும் தொடர்வரிகள் பேசும் பாடலிது.

நீளிடைக் கங்குல்

இதற்கு முந்தையப் பாடலான புறநானூறு 319ஆம் பாடலும், வல்லாண்முல்லை எனும் வீரனின் வீட்டை, ஊரை, இயல்பை, ஈகையைக் கூறும் பாடல்.

இது, அழகான முன்றிலையும் கூறுகிறது. ஆங்கே ஆவின் கன்றினைக் கட்டி சிறுவர்கள் தேர் விளையாடும் வாழ்வியல் அழகையும் காட்டுகிறார், ஆலங்குடி வங்கனார்.

படல் வேலியிட்ட முற்றத்தில் தினையை வீசிட, அதைத் தின்ன வரும் காடை, கௌதாரி முதலிய பறவைகள். அவற்றைப் பிடித்து சமைத்து வழிப்போக்கராக வரும் பாணருக்கும் அவன் மனைவிக்கும் விருந்தோம்பல் செய்ய விரும்பும் தலைவி என, முன்முற்றத்தில் முகிழ்வது முசுண்டை மலர்கள் மட்டுமல்ல; **மணக்கும் விருந்தோம்பலும் மன மாட்சிமைகளும்.**

இதோ, பாடல் வரிகளாக உங்கள் பார்வைக்கு.

பூவற் படுவிற் கூவல் தொடீஇய
செங்கண் சின்னீர் பெய்த சீறில்
முன்றில் இருந்த முதுவாய்ச் சாடி
யாங்கஃ்டு உண்டென அறிதும்; மாசின்று;
படலை முன்றிற் சிறுதினை உணங்கல் *(புறம். 319)*

முன்றில், முற்றம் என நாம் கூறும் திண்ணை, அந்தந்தப் பகுதியில் வாழும் மக்களின் வாழ்க்கை முறையை ஒட்டி பயன்பாட்டில் இருந்துள்ளது.

புறநானூற்றில் 168ஆம் பாடலில், சங்கப்புலவர் கருவூர்க் கதப்பிள்ளைச் சாத்தனார் நல்ல அறுசுவை விருந்தைத் தன் பாடலில் படைக்கிறார்.

எங்கே? அழகான முன்றிலில்தான்...

அழகான முன்றிலா?

ஆம். அடர் நீலவண்ணக் கூதள மலர்க்கொத்துக்கள் கவினுற பூத்துக் குலுங்க, உடன் மனதை மயக்கும் மணத்தோடு காட்டுமல்லியும் சேர்ந்தாடும் முன்றில்.

விருந்தின் அறுசுவை... சந்தன விறகில் எரியும் அடுப்பில் மணக்கிறது.

நீளிடைக் கங்குல்

காட்டுப்பசுவிடம் நுரைக்கக் கறந்த பாலில், வெந்த மான்கறியுடன் புழுக்கிய புலவு (இந் நாளைய புலாவ் என்பதன் தோற்றப்புள்ளியோ?)

செழித்த வாழைமரத்தில் இருந்து நறுக்கப்பட்ட அகலமான வாழையிலை, முன்றிலில் அகல விரித்து உணவு பரிமாறப்படுகிறது.

இத்தகைய குதிரைமலை நாட்டின் தலைவன், பிட்டங்கொற்றன்.

'மரையான் கறந்த நுரைகொள் தீம்பால்
மான்தடி புழுக்கிய புலவுநாறு குழிசி
வான்கேழ் இரும்புடை கழாஅது ஏற்றிச்
சாந்த விறகின் உவித்த புன்கம்;
கூதளம் கவினிய குளவி முன்றில்
செழுங்கோள் வாழை அகல்இலைப் பகுக்கும்
ஊராக் குதிரைக் கிழவ' *(புற. 168)*

மேலும் இந்தப் பாடலில் தான், தமிழ் இலக்கியத்திலேயே முதன்முறையாக 'தமிழகம்' என்ற சொல் பயன்படுத்தப்பட்டுள்ளது என்று, அறிஞர்கள் கூறுவதாக புறநானூறு கூறும் இவ் வலைத்தளம்* குறிப்பிடுகிறது.

'ஈகைக் கடுமான் கொற்ற,
வையக வரைப்பில் தமிழகம் கேட்பப்...' *(புறம். 68)*

பிட்டங்குற்றனின் ஈகைப்புகழ் பாட வரும் புலவர், தமிழகம் என்ற சொல்லைப் பயன்படுத்தியுள்ளார்.

விருந்தோம்பலுக்கும், வினையாற்றலுக்கும், விளையாட்டிற்குமாய் விளங்கிய திண்ணை என்னும் முன்றில், மிக முக்கியமாக வழிபோக்கர்களுக்குத் தங்குமிடமாகத் திகழ்ந்துள்ளது.

இராத்தங்கலுக்கு சத்திரங்களோ, சாவடிகளோ, விடுதிகளோ இல்லாத காலகட்டத்தில் இல்லங்களின் முன்றில்கள் மூட்டை பிரிக்கா முழுச் சரித்திரங்கள் பலவற்றைக் கொண்டன. அதில் கருணை, பிரிவு, வருத்தம், இரங்கல், முதுமை, இயலாமை என அனைத்து உணர்வுகளும் பரிமாறப்பட்ட காலவெளியது. அதில் காதல் மட்டும் இல்லாமலா போகும். இதோ வருகிறது, ஒரு குறுந்தொகைக் காதல்.

நன்னாகையாரின் நயமான வரிகளில்...

'புள்ளும் மாவும் புலம்பொடு வதிய
நள்ளென வந்த நாரில் மாலைப்
பலர்புகு வாயில் அடைப்பக் கடவுநர்
வருவீர் உளீரோ எனவும்
வாரார் தோழிநங் காத லோரே.' *(குறு.118)*

நள்ளென்ற ஓசையோடு வந்த கொடிய மாலைநேரம், பறவைகளும் விலங்குகளும் மெல்ல அடங்கும் பொழுது முன்வாசல் கதவை அடைக்கும் நேரம் வந்து விட்டது.

"கதவை அடைக்கவுள்ளோம் யாரேனும் உள்ளே வர வேண்டியுள்ளதா?" உரத்த குரலொன்று முன்வாசலில் ஒலிக்க, நெஞ்சம் படபடக்கிறது... வீட்டில் உள்ள பெண்ணொருத்திக்கு நம் தலைவிக்கு.

சலனமே இல்லை...
சற்று நேரத்தில் வாசல் நெடுங்கதவம் தாளிடும் ஓசை மட்டும்...
ஓங்கி ஒலிக்கிறது இவள் மனதில்...

"இன்றும் அவன் வரவில்லையடி தோழி..."

துவண்டனள் தலைவி.

அன்றொரு நாள், அவன் உடனிருக்க திருவிழாக்கோலமாய் இருந்தது மனம். வீடு நிறைய மக்கள் இருக்க, அருகில் வர அஞ்சி நின்றது அணிலொன்று. ஆள் அரவம் அடங்க, முன்றிலில் குதித்தாடும் காட்சி... நாம் அனைவரும் அறிந்த ஒன்று... அதுதான்.

அணிலாடும் முன்றில்... கதைசொல்லும் குறுந்தொகை (41).

முன்வாசல், முற்றம், முன்றில், திண்ணை. அது வெறும் மண்ணும் கல்லும் கலந்த கட்டுமானம் மட்டும்தானா? நீர் உரை மின்!

*https://puram400.blogspot.com/search?q=168

10 ஒரும் அன்னை

கனத்த கண்ணாடிக் கதவுகளுக்கும் விலையுயர்ந்த திரைச்சீலைகளுக்கும் பின்னால் பலர் அறியாத மௌனக்காட்சியாக உணர்வுக் கொந்தளிப்புகள் நடைபெறுவது வெளியில் பேசப்படாத வேதனைகள்.

அலுவலகத்தில் தலைமையேற்று நடத்திக் கொண்டிருந்த உயர்மட்டக் குழு, விவாதத்தின் இடையிடையே காலையில் அழைத்துப் பேசிய தோழியின் தொலைபேசி தலையில் சுழன்ற வண்ணம்...

உண்மையா? பொய்யா? உண்மையாக இருந்து விட்டால்,

இருந்து விட்டால்... என்ற சொல்லே கண்களை இருட்டிக்கொண்டு வருகிறது.

படபடக்கும் மனத்தை ஆசுவாசப்படுத்த வலதுபக்க ஜன்னல் பக்கம் பார்வையைத் திருப்ப, நேற்றைய பாஸ்டனின் பனிப்பொழிவு விதவிதமாக வெள்ளை திரைச்சீலைகளை இலையில்லாத மரங்களில் கோர்த்து அழகு பார்த்துக் கொண்டிருந்தது.

ஆனால் அதுவொன்றும் மன சலசலப்பை அடக்கவில்லையே!

“நம்ம பிள்ளைங்க வாழ்க்கையில் எடுக்கிற முடிவில் எல்லாம், உன் முற்போக்கு எண்ணத்தையெல்லாம் கொண்டு வரணும்னு நினைச்சுறாத, அதெல்லாம் உன்னோடு வைத்துக் கொள்.” கணவனின் கறாரான சொற்கள் காதில் ஒலிக்க ஒலிக்க, இந்தக் குளிர் காலத்திலும் நெற்றியில் லேசாக வியர்ப்பது போலத் தோன்றுகிறது.

என்ன நாகரிகம், என்ன படிப்பு... ஏதோவொரு வலையில் சிக்கித் தானே வாழ்கிறோம். தாய் மனம் தேம்பியது. நாள் முழுவதும் அடங்கிக் கிடந்த குமுறல் மகளைக் கண்டவுடன் வெடித்துச் சிதற, சின்ன இதயத்தில் சிக்கலின் முதல் முடிச்சு விழும் இடம் இதுதான்.

நீளிடைக் கங்குல்

"எவ்வளவு நம்பினேன் உன்னை. நம்ம குடும்பத்தப் பத்தி, அப்பாவப் பத்தி எவ்வளவு சொல்லிச் சொல்லி வளர்த்தேன்.

நம்ம குடும்பத்துக்கு எது நல்லதோ அதை மட்டும் மனசுல வையி. உன்னோட மொபைல் பாஸ்வேர்டு, லேப்டாப் பாஸ்வேர்டு எல்லாம் நம்ம எல்லாருக்கும் தெரியணும். எங்களுக்குத் தெரியாம ஏதாவது செய்யணும் நினைச்சா, நம்ம குடும்பத்தை நீ இழந்துருவ. ஏன், எங்க உயிரையே விட்டுருவோம்..."

அன்பு மகளுக்கு அதிர்ச்சி. அன்புநிறை அம்மாவின், ஆளுமை நிறைந்த அம்மாவின் அடுத்த பக்கம் இயலாமையில் நொறுங்கியிருக்கப் பார்த்தாள். தோழமையான அம்மா, தோற்று நிற்கும் காட்சி ஒருபுறமும், தன் காதலும் தோற்று, வாழ்வு சூன்யமாகுமோ? இளநெஞ்சம் பரிதவித்தது. செய்வதறியாது திகைத்தது.

என் தரப்பைக் கூற ஒரு வாய்ப்புக் கூட இல்லையே!

செல்ல இளவரசியாய் பிறந்து வளர்ந்தவள் படிப்பு, விளையாட்டு எனப் பல உயரங்களைத் தொட்டு பெற்றோரை பெருமைப்படுத்தி, மகிழ்ச்சியாகச் சென்ற வாழ்க்கையில் காதல் புதுப்புது பரிமாணங்களைக் காட்டியது.

ஆனால் என் குடும்பம் குறுக்கே நிற்கிறதே. அதுதானே என்னுயிர்... அவனும் என் உயிரல்லவா! குழம்பித் தவித்தது, உலகின் உன்னத உயர்படிப்பு படித்து வணிக உலகின் ஏணிப்படிகளில் ஏறிக் கொண்டிருக்கும் இளங்குருந்தொன்று.

என் வாழ்க்கைத்துணையை தேர்ந்தெடுக்கும் உரிமை எனக்கு இல்லையா? தேம்பியது, மகள் மனம்.

என் தோழிகள் வீட்டில் எளிமையாக, இனிமையாக ஏற்றுக் கொள்ளப்படுவது ஏன், என் வாழ்க்கையில் இவ்வளவு பெரிய இடர்?

இது, சிக்கலின் இரண்டாம் முடிச்சு விழுமிடம்.

ஒப்பிட்டுப் பார்த்தல்.

காதலை ஏற்கும் பெற்றோர், சுற்றம் கிடைப்பது ஒரு கொடுப்பினையோ? கேள்விகளால் நிரம்புகிறது வாழ்க்கை.

இவளொரு தொடர்புள்ளிதான். இவளின் தொடக்கப்புள்ளியாய் வேறொருத்தி இருக்கிறாள்.

எங்கே இருக்கிறாள்? யாரவள்?

சங்க இலக்கியத்தில் இருக்கிறாள்.

சங்கப்புலவர் கபிலர், குறுந்தொகை 246ஆம் பாடலில் இதே சூழலை விவரிக்கிறார்.

தாய் மனத்தின் மிக நுட்பமான உளவியலைக் குறிப்பிட்டுள்ளார்.

நள்ளிரவு நேரம். ஊருக்குள் தேர் வந்து சென்றது என தலைவியின் தாய்க்குத் தெரிய வருகிறது. அது முதல் அவர் மனம் தூக்கம் துறந்தது. பூதக்கண்ணாடி அவள் கண்களில் ஏறியது. அது முதல் மகளை உற்று உற்று பார்க்கத் தொடங்கினாள். கண்காணிப்பே முழுநேர வேலையாகிப் போனது. தலைவி புலம்புகிறாள்.

'ஓரும் அலைக்கும் அன்னை'

ஓயாது உற்று உற்றுப் பார்க்கும் தாய் என்னை அலைக்கழிக்கிறாள்.

ஆனால் சிலருக்கோ ...

'மின் இழை மகளிர்
இளையரும் மடவரும் உளரே!
அலையாத் தாயரொடு நற்பாலோரே!' *(குறு. 246)*

இந்த ஊரில், அழகிய அணிகலன் அணிந்த இளைய பெண்கள் சிலர் இருக்கின்றனர். அவர்கள் நல்வினை உடையவர். ஏனெனில், அவர்களின் அன்னையர் அவர்களை இவ்வாறு அலைக்கழிப்பதில்லையே?

அந்த நல்வினை எனக்குக் கிடையாதோ? நீர் உரை மின்!

✲

11 ஆதீண்டு குற்றி

பொகோனோ மலைத்தொடர்.

பென்சில்வேனியாவின் பசுமைப் பெருவெளிப் பந்தல்.

வசந்த காலத்தின் வானவில்...
வேனிற்காலத்து வியன் உலகு...
இலையுதிர்கால வர்ணஜாலம்...
பனிப்பொழிவில் மாய உலகம்...

மொத்தத்தில் பூமியுருண்டையின் இயற்கைப் பொதிவு.

காட்டருவிகளும், காதைத் துளைக்கும் வண்டினங்களுமாக சோலைகளே சாலைகளாகவும் மாறியிருக்க, போகும் வழி அழகா? போய்ப் பார்க்கவிருக்கும் கரும்பச்சைக் கானகம் அழகா?

பனி பொழிந்த மலைச்சிகரங்கள் சிலிர்ப்பா? பரந்த பனி வெண்வெளியில் சின்னச் சிட்டுகளாய், கால்களில் முளைத்த சிறகுகளாய் பனிச்சறுக்கல் சிலிர்ப்பா?

இங்கிருந்து 30 மைல் தொலைவில் இருக்கும் ஸ்ட்ரோவுட்ஸ்புர்க், இந்த எந்த ஆரவாரத்திற்கும் தொடர்பு இல்லாத சின்ன குக்கிராமம். அங்கு நம்மை வரவேற்கும், 'லட்சுமி பசுக்கள் சரணாலயம்' மரத்தினால் செய்யப்பட்ட, காற்றில் ஊஞ்சலாடும் பெயர்ப் பலகை.

வேலியிடப்பட்ட, விரிந்து பரந்த பசும் புல்வெளி. நடுவே ஒரே கூடம் போல ஒரு ஓட்டுக் கொட்டகை. அதுவொரு சிறு நூலகம். உட்கார ஓரிரு நாற்காலிகள், மேசை. அந்த எளிய கட்டத்திலிருந்து 50 அடி தள்ளி, அடிப்படை வசதிகள் மட்டும் கொண்ட ஒரு மிகச் சிறிய வீடு.

அதில் வசிப்பவர் நியூயார்க் நகரில் ஒரு கல்லூரி முதல்வராக இருந்து விட்டு, இப்போது பசுக்களுக்காக, பசுக்களுடன் தன் பணி ஓய்வுக்கால பயணத்தைத் தொடர்கிறார்.

நீளிடைக் கங்குல்

கல்யாணி, காமாட்சி, லட்சுமி, கஸ்தூரி இவைதாம் அவரின் குழந்தைகள். பயனற்ற நிலையை அடையும் பசுக்களின் போக்கிடம், பாவம் எது?

அந்நிலையில் உள்ள பசுக்களுக்கு காப்பிடம் அமைக்கவேண்டும் என்ற கருணையும், காருண்யமும் கனியக் காரணம் யாமறியோம்?

ஆனால் 'ஆதீண்டு குற்றி' போன்ற அன்புசார் பண்புகளே, மரபுரீதியாக இவ் வகை அதீத அன்பிற்குக் காரணமோ என எண்ணத் தோன்றுகிறது.

ஆதீண்டு குற்றி.
அது என்ன 'ஆதீண்டு'?
அது என்ன 'குற்றி'?

'ஆ' என்றால் ஆநிரையைக் குறிக்கும். (ஆடு, மாடு போன்றவை) குற்றி என்றால் மரக்கட்டை, அல்லது தூண் என்று தமிழ் அகராதிகள் பொருள் தருகின்றன.

ஆ தீண்டும் குற்றி - ஆதீண்டு குற்றி.

அதன் அவசியம் என்ன என்ற கேள்விக்கு, அதுவொரு சிறந்த அறம் எனப்பட்டது.

அறம் என்று சொல்வது யாரோ?

சேந்தன் திவாகர நிகண்டு என்னும் பழம்பெரும் நூல்.

மனிதன் செய்யவேண்டிய 32 வகையான அறங்களைப் பட்டியலிடுகிறது.

அதில், ஆதீண்டு குற்றி அமைத்தலும் ஒன்று.

அதெல்லாம் சரிதான். அது என்ன ஆதீண்டு குற்றி என்று அழுத்திக் கேட்டதும் விடை வந்தது. ஆனால் நேரிடையாக வரவில்லை. மலரும் நினைவாய் ஒரு நிகழ்வை, கிளி சோதிடக் கிளியாய் நினைவடுக்குகளைக் கிளறி பதுக்கி வைத்திருந்த புதையல் பொழுதொன்றைத் தருகிறது.

நீளிடைக் கங்குல்

இரு உள்ளங்கை, கால்களில் எல்லாம் விழுதாய் அரைத்த மருதாணியை ஆடாது அசங்காது உட்கார்ந்து இட்டுக்கொண்டு காய்வதற்காகக் காத்திருக்கையில்... அதற்காகவே காத்திருக்கும் அண்ணனும் தம்பியும்,

'உனக்கு இப்போ மூக்கு நுனியிலதானே அரிக்குது... உச்சந்தலையில குறுகுறுன்னு அரிக்குதில்ல... கண்ணுக்குள்ள அரிக்கலையா என்று சொல்லச் சொல்ல, மூக்கு மட்டுமா... முதுகு, முகம் எல்லாம் அரிக்கும்... அம்மாவை பரிதாபமாகப் பார்க்க வேண்டும்.

நமக்கு எப்போதோ அந்த நிலை. ஆனால் ஆடு, மாடுகளின் நிலை என்ன? சேற்றிலும் புழுதியிலும் திரியும் ஆவினங்களுக்கும் இவ்வாறு தினவு எடுக்கும். ஆனால் கையுண்டா, விரலுண்டா? அதற்கு அமைக்கப்பட்டதுதான் 'ஆதீண்டு குற்றி'.

வாயில்லா ஜீவனுக்கும் சொல்ல முடியாத சின்னச்சின்ன உடல் உபாதைகளை நீக்கிக் கொள்ள மரத்தாலோ, கல்லினாலோ ஆன சிறு தூண்கள் போன்றவை ஆங்காங்கே பதிக்கப்பட்டன. குறிப்பாக, நீர்நிலைகள் அருகிலும் பொதுக்கிணறுகள் பக்கத்திலும் அமைக்கப்பட்டன. அவை ஆடு, மாடுகள் பயன்படுத்த ஏதுவாக இருந்தன.

ஆதீண்டு குற்றியை ஆவுரிஞ்சு, நடுதறி, ஆவுரிஞ்சு தறி, ஆதீண்டு கல், மாதீண்டு கல், ஆவோஞ்சிக்கல், மாடுசுரகல், தன்மத்தறி என்று பல பெயர்களில் நம் இலக்கியங்கள் வழிநெடுகச் சொல்லிக் கொண்டே வருகின்றன. இவற்றில் தன்மத்தறி என்பது 'தர்மத் தறி' என்று, அறத்தைக் குறிக்க வந்த சொல் என்பது நம் கவனத்தைப் பெரிதும் கவர்கிறது.

தமிழ்நாட்டில், சிதம்பரம் அருகே சுமார் ஐந்தடி சுற்றளவும், தரை மட்டத்தில் இருந்து நான்கடி உயரமும் கொண்ட மிகப் பெரிய கற்தூண் ஒன்று நடப்பட்டுள்ளது. அந்தக் கல் தூணில், ஆவுரிஞ்சிகல் என்ற வாசகம் பொறிக்கப்பட்டுள்ளது என்று வரலாற்றுத் துறையைச் சேர்ந்த முனைவர் J.R. சிவராமகிருஷ்ணன் சுவையான தகவலை நம்முடன் பகிர்ந்து கொள்கிறார்.

அதேபோல் சிவகங்கை, மதுரை, தர்மபுரி, சேலம், தஞ்சை, கோவை, சென்னை போன்ற மாவட்டப் பகுதிகளில் இன்றும் இவற்றைக் காணமுடிகிறது என்பது இவர் கருத்து.

நீளிடைக் கங்குல்

மேற்குலகில் ஆதீண்டு குற்றி இருக்கிறதா என்று பார்க்கப் போகும் போது, சில சுவாரசியங்கள் கிடைத்தன. டென்மார்க் நாட்டில், அனைத்து மாட்டுப் பண்ணைகளிலும் சட்டப்படி மாடுகள் சொறிந்து கொள்ள ஏதுவாக தானியங்கி உருளைகள் பொருத்தப்படவேண்டும் என்று சட்டமியற்றப்பட்டுள்ளது,

அத்தகைய பண்ணையில் உள்ள மாடுகள், பச்சைப் புல்வெளியில் மேய்வதற்கு எவ்வளவு ஆர்வமாக வெளியேறுமோ, அதே வேகமாகவும் உற்சாகத்துடனும் அந்த உருளைகளை நோக்கிப் போவதாக சில ஆராய்ச்சிகள் கூறுகின்றன என்பது, நியூயார்க் டைம்ஸ் தரும் தகவல்.

ஆனால் அமெரிக்காவிலோ, கனடாவிலோ அவ்வாறு சட்டங்கள் கிடையாது என்பதால் பல மாட்டுப் பண்ணைகளில், கடுங்குளிர் காலத்தில் அவை கொட்டில்களிலேயே முடங்கிக் கிடக்கும் அவலநிலைதான். அந்தச் சமயத்தில், அவற்றிற்கு உரசி தினவு நீக்க சொரசொரப்பான கட்டையோ, மரமோ, வேலியோரமோ இல்லாமல் தவிக்கும் நிலை பாவம்.

இங்கேதான், நம் முன்னோர்கள் ஒரு ஐந்தறிவு வாயில்லா உயிருக்கு ஏற்படும் இடர்பாட்டினை மனதில்கொண்டு, அதற்குத் தீர்வாக ஊரின் பொதுவெளியில், நீர்நிலைகளுக்கு அருகில் என ஆதீண்டு குற்றிகளை அமைத்துள்ளனர் என்பது எவ்வளவு அறிவுசார்ந்த அன்பான செயல்.

அதையும் தாண்டி, தொழில்முறைப் பண்ணை *(factory farming)* என்ற பெயரில் பணம் ஈட்டுவதற்காக மட்டுமே வணிகரீதியாகச் செயல்படும் பண்ணைகளில் நடக்கும் அநீதிகள் அநேகம்.

குறுகிய இடங்களில் அடைத்தல், இயற்கை கருவுறுதலை தவிர்த்தல் எனப் பல அறமற்ற வழிமுறைகளால் வெறும்பொருளாக, பணம் ஈட்டுத்தரும் சடப்பொருளாய் பண்ணையில் வளரும் விலங்குகளைக் காணும் போக்கு மேலைநாடுகளில் அதிகம் காணப்படுகிறது. ஆனால் இந்த மனப்போக்கு, நம் நாட்டிற்கும் வேகமாகப் பரவி வருவது தான் வேதனைக்குரியதாகும்.

நம் அறிவுப் பெட்டகமான தமிழ் இலக்கியங்களில், ஆவுரஞ்சிக் கல் என்னும் ஆதீண்டு குற்றி பற்றிய பல குறிப்புகள், தொல்காப்பியம் தொடங்கி சங்க இலக்கியமான

நீளிடைக் கங்குல்

திருமுருகாற்றுப்படை, ஐம்பெருங்காப்பியத்தில் ஒன்றான சீவக சிந்தாமணியிலும் இருப்பதாக உரையாசிரியர்கள் தெரிவிக்கிறார்கள்.

பக்தி இலக்கியமான தேவாரம், சிற்றிலக்கியமான அரப்பளீச்சுரர் சதகம் எனத் தொடர்ந்து, இத்தகவல் குறிப்புகள் நம் இலக்கியங்களில் உள்ளன.

இப்போது, சங்க காலத்தில் இருந்தே அவை புழக்கத்தில் இருந்தன என்பதை ஐங்குறுநூறு பாடல் வழியாக சங்கக் காட்சியாகக் காண்போம்.

'குறவர் முன்றில் மாதீண்டு துறுகல்
கல்லா மந்தி கடுவனோடு உகளும்' *(ஐங். 277)*

குன்றக்குறவர் வீட்டு முற்றம். அங்கே மாதீண்டு துறுகல் கிடக்கிறது. மா என்றால் விலங்குகள். விலங்குகள் வந்து தீண்டி, தங்கள் முதுகினை உரசிக்கொள்ளும் சிறு பாறை உள்ளது. அதன்மேல் ஒரு பெண் குரங்கும் ஆண் குரங்கும் குதித்து விளையாடி மகிழ்ந்திருக்கின்றன. அத்தகைய மலையைச் சேர்ந்தவன் தலைவன் என்று நீள்கிறது பாடல்.

ஆநிரைக்கு அதன் தேவையுணர்ந்து ஆதீண்டு குற்றி அமைத்தது மட்டுமல்ல; அதுவோர் அறம்சார்ந்த செயல் என்றும் வலியுறுத்திய ஓர் அன்புடைச் சமுதாயம், நம் தமிழ்ச் சமுதாயம்.

அந்த அன்பு தான் ஆடம்பர, ஆரவார பெருநகர வசதி வாய்ப்புக் கேளிக்கைகளை விடுத்து அமைதியான சூழலில் ஆக்களுக்குக் காப்பகம் வைக்கும் எண்ணத்தைத் தருகிறது போலும்.

அதே சமயம் அறமற்ற, அன்பற்ற, வணிகரீதியான மனப்போக்கு நம்மை மீறி ஆட்கொள்வதை கட்டுக்குள் வைப்பதும் நம் கடமையல்லவா?

நாம் அறம் வளர்த்தவர்கள் அல்லவா? அறம் தவறலாமா? நீர் உரை மின்!

12. மகட்பாற் காஞ்சி

அப்பலேச்சியன் மலைத்தொடர்... வெர்ஜினியா மாகாணத்தின் வாசலாக... நிற்க,

1600ஆம் ஆண்டுகளின் ஆரம்ப நாட்கள்... ஆரவாரமில்லாத, அழகான வனப் பகுதி.

ஆதிக்கம் அறியா அன்புசூழ் உலகின் ஆட்சிப்பீடத்தில் தன் அழகு மொத்தம் அருவிகளாய்... ஆறுகளாய்... மலைகளும் மடுக்களுமாய் மேய்ந்து திரிந்த மடிநிறைந்த ஆநிரைகளும், அரட்டும் வன விலங்குகளும், வானைத் தொடும் மரங்களும், பனிப்பொழிவும், பசுந்தென்றலும் என அழகான காலவோட்டமுமாய் அறம் வளர்த்துக் கொண்டிருந்தாள் இயற்கை அன்னை.

அவள் மடியில் குழந்தைகளாய், முப்பது வகை இனக்குழுக்களாய் பழங்குடி மக்கள். தாய்மண்ணைக் கூறுபோட்டு வகுத்து அதில், தனது பெயரைப் பொறித்து பதுக்கிப் புதைத்து வைக்கலாம் என்பதறியா பேதைகள்.

வகுண்சேனாக்காவ் (Wahunsenacawh) 30 இனக்குழுக்களின் முதன்மைத் தலைவனாக இருக்க, களங்கமில்லாத மனங்கள் கவிதையாய், குழந்தைகளென கானகம் மகிழ்ந்திருந்த கணமது.

போகஹன்டஸ், அந்த இனக் குழுவின் தலைவனின் செல்ல மகள். தாயை இழந்த சிறுமி. இயற்கை அன்னையின் இதமான அணைப்பில், இறக்கை கட்டிய இளவரசியாய் வலம் வந்தாள்.

அவளின் தூய அன்பிற்கு முன் வானத்து விண்மீன்கள் வந்து வரிசையாய் கதை கேட்க, வனம் மிகுந்த வண்ணப்பறவைகள் அவள் வாயசைவுக்குக் கட்டுப்பட்டு, தினம் அவள் வீட்டுவாசலில் கூடு கட்ட, காடுகளிலும் மேடுகளிலும் காற்றுப் போல கலந்து விரவி வளர்ந்தாள்.

நீளிடைக் கங்குல்
ராஜி வாஞ்சி

நீரோடைகளும், காட்டாறுகளும், குன்றுகளும், குதித்தோடும் குளிர் அருவிகளும், குழந்தை இவளை காணக் காண குதூகலித்துக் கும்மாளமிடும். இயற்கையுடன் இணைந்த மனம்... நாட்களை இன்பமாக்கின.

அட்லாண்டிக்கின் அலைகளில் மிதந்து மெல்ல மெல்ல இனிய கனவைக் கலைக்க கரையோரம் நங்கூரமிட்டது இங்கிலாந்து நாட்டின் கப்பலொன்று. உலகின் புதிய பரப்புகளை பத்திரம் போட வந்தது.

கேப்டன் ஜான் ஸ்மித், ஆங்கிலேய காலனி ஆட்சியின் முதல் புள்ளியாய், பழுதில்லா பழங்குடி மக்கள் பதுங்கி இடம் தெரியாத முற்றுப்புள்ளியாக முதன்முதலில் மண்ணில் கால்வைத்தார். நாடோடி வாழ்க்கையில் தனக்கும் தன்னுடன் வந்த நூறுபேர் கொண்ட குழுவிற்கும் உணவு தேடி, திடீர்த் தாக்குதல் என பழங்குடிகளின் குடியிருப்பைச் சுற்றிச் சுற்றி வந்தார்.

ஆளுமையுடைய பழங்குடிகளிடம் பிடிபட்டார். மரண தண்டனைக்கு ஓங்கிய வாளுடன் பழங்குடி வீரர்கள் அணுக, சிறுமி போகஹன்டசின் அன்பால், தண்டனை ரத்தானது. பழங்குடிகள் ஜானை நட்பாக ஏற்றனர். சிறுமிக்கும் ஜான் ஸ்மித்துக்கும் இடையே நல்ல நட்பு மலர்ந்தது. அதன் காரணமாகவும் அச்சிறுமியின் சீரிய நற்பண்புகளாலும் ஆங்கிலேயருக்கும் பழங்குடியினருக்கும் நல்லுறவு பிறந்தது.

அவள் ஆங்கிலச் சொற்களைக் கற்றாள். பழங்குடியினர் மொழியை கற்றுத் தந்தாள். இணைப்புப் பாலமாக கருத்துப் பரிமாற்றத்திற்கும் மொழிபெயர்ப்புக்கும் மொத்தத் துணையானாள்.

அமைதிப் புறாவாக அங்கும் இங்கும் பறந்து, கலாச்சார பரிமாற்றம் செய்துகொண்டிருந்தாள் 12 வயதுச் சிறுமி. பழங்குடி மக்கள், காலனி மக்களுக்கு தங்களின் விளைச்சலைப் பகிர்ந்துகொள்ளும் அளவிற்கு உறவு மேம்பட்டிருந்தது. அதேசமயத்தில், ஜேம்ஸ் டவுன் என்ற முதல் வாழ்விடம், மெல்ல அடியெடுத்து வைத்து, அடுத்தடுத்த நகர்வுகளுக்கு அடிக்கல் இடத் தொடங்கியிருந்தது.

உணவுத் தேவைகள் அதிகரித்தன. இவற்றுடன் மண்மீதும், பொன்மீதும், கனிமப் பொருட்கள் மீதும் கண்ணை வைத்துக்

கப்பலேறிய ஜான் ஸ்மித்தின் தடாலடி துப்பாக்கித் தாக்குதல்களால் பழங்குடி மக்களுடன் பகை பற்றியெரியத் தொடங்கியது.

இக் காலகட்டத்தில், ஒரு வெடி விபத்து காரணமாக அவசர சிகிச்சைக்காக இங்கிலாந்திற்கே திரும்பச் சென்றார், ஜான் ஸ்மித். இவள் எவ்விதத் தகவலும் தெரியாது தவித்திருந்தாள்.

சமீபகாலமாக, இவர்களிடையே இருந்தது வெறும் நட்பு மட்டுமேயென பழங்குடிகளின் வாய்வழி வரலாறு வலியுறுத்துகிறது. பொருத்தமில்லா வயது வேறுபாட்டை சுட்டிக்காட்டி மறுக்கிறது அவர்களின் செவிவழி செய்திகள். ஆனால் இதுவொரு அமரகாதல் என வணிகரீதியாக விற்பனையாக்கி பல திரைப்படங்கள் திரைகடலோடி திரவியம் சேர்த்துவிட்டன.

இதைத் தொடர்ந்த காலங்கள், குருதி பூசித் திரிந்தன, ஆற்றின் நீரோட்டத்தில் இரண்டு அணியினரின் இரத்தமும் கலந்தே ஓடின.

அடுத்தடுத்து நிகழ்ந்த தாக்குதல்களில், 1613ஆம் ஆண்டு, போகஹன்டஸ் பிணைக்கைதியாக கடத்தப்பட்டாள். அந்தச் சமயத்தில், அவளொரு இளமங்கை. தன் இனத்தில் திருமணமாகி கையில் சிறுகுழந்தையுடன் வாழ்ந்து வந்தாள் என்று பழங்குடியினர் வரலாறு கூறுகிறது.

அவளைக் கடத்துவதன் மூலம், இரு அணியினருக்கும் இடையே நடந்து வந்த போருக்கு ஒரு முடிவு வரும் என்று ஆங்கிலேயே நிர்வாகம் செய்த சதித்திட்டம் இது.

கடத்தப்பட்டவளை வேறொரு இடத்திற்கு மாற்றினர். மதம், பெயர் மாறின. 1614ஆம் ஆண்டு மணமும் மாறியது.

அவள் வாழ்வின் பாதை மாற்ற, நட்பாக ஒரு ஜான் ஸ்மித் வந்தார்.

அடுத்தவொரு 'ஜான்' வந்தார். இவர், 'ஜான் ரால்ப்'. நல்ல வியாபாரி. 'புதிய பூமி' என்ற அமெரிக்காவில், புகையிலை என்னும் பணப்பயிர்மூலம் பெரும்பணம் பெருக்கும் பேராசையில் புலம்பெயர்ந்தவர்.

அமெரிக்கப் பழங்குடியினர், புகையிலையைப் பயிரிட்டுப் பதப்படுத்தும் வித்தையை தம் இனத்தின் குல ரகசியமாக

நீளிடைக் கங்குல்

வைத்திருந்தனர். அதை அவர்களிடமிருந்து பெறுவதற்காகவே ஜான் ரால்ப், அந்த இனத் தலைவனின் பெண்ணை மணக்க பேரவா கொண்டதாக சில வரலாற்றுக் குறிப்புகள் குறிப்பிடுகின்றன.

இத்திருமணத்திற்குப் பின் பல ஆண்டுகள் ஆங்கிலேய காலனியருக்கும் பழங்குடி இனக் குழுக்களுக்கும் இடையே சமாதானம் நிலவியதாகச் சொல்லப்படுகிறது.

தன் இனத்திற்காகவும், மற்ற இனத்தைச் சேர்ந்த மனிதர்களுக்காகவும் பல்வேறு மனச்சிக்கல்களுக்கும் மண, மத வேறுபாடுகளுக்குமிடையே மிகக் குறைவான வயதிலேயே மாய்ந்து மடிந்த மங்கை, அமெரிக்காவின் தோற்றத்தில் மகத்தான மரபுச் சின்னமாகப் போற்றப்படுகிறாள். மகிழ்ந்தோடும் இரு நதிகளுக்கிடையே மலராகப் பூத்தவள், மாளாத் துயராய் மனமில்லாது, ஆனால் மக்கள் நலனுக்காக மணவாழ்வு காணும் மங்கையர் வரிசையில், மறுபக்கத்து உலகின் சான்றாக நிற்கின்றாள்.

200 வருடங்கள் கடக்கின்றன, பல்வேறு காயங்களுடன்... கறைகளுடன்.

1800களின் தொடக்கம்.

இதோ, 'சகஜிவியா'. ஷோஷோன் பழங்குடி இனத்தலைவனின் மகள் வருகிறாள், பறவைகளின் கீச்சொலிகளுடன், ஐடஹோ மாநிலத்து பறவைப் பெண்.

அடுத்தடுத்து வாழ்ந்த இரு பழங்குடி இனத்தினர், தங்களுக்குள் தாக்குதல் போர் என்ற தொடர்கதையில், 'சகஜிவியா'' என்ற பத்து வயதுச் சிறுமி கடத்தப்பட்டாள்.

கிட்டத்தட்ட 600 அல்லது 700 மைல்கள் தொலைவிற்கு, வேறொரு கலாச்சாரத்தைச் சார்ந்த இடத்திற்கு மாற்றப்பட்டாள். பறவைப் பெண் என்னும் பெயர்க் காரணம்கூட அவள் கடத்திவைக்கப்பட்ட கலாச்சாரத்தின் மொழியில்தான் கூறப்படுகிறது.

காட்டிற்குள் அலையும் பிரெஞ்சு தோல் வியாபாரிக்கு விற்கப்பட்டாள். அவரே அவளை மணந்தார். நாட்கள் சென்றன. கையில் பச்சிளங்குழந்தை. தான் பிறந்த மண்ணைக் காணவொரு வாய்ப்பு அமைந்தது.

நீளிடைக் கங்குல்
ராஜி வாஞ்சி

அமெரிக்காவின் மேற்குப் பகுதி விஸ்தரிப்பு மற்றும் நீர்வழிப்பாதையைக் கண்டுவர அரசாங்கம் குழுவொன்றை நியமித்தது. அக் குழுவின் தலைவர்கள், அவள் உதவியை நாடி நின்றனர். கடுமையான காட்டுப்பாதையில் போகும் வழியில் சந்திக்கும் பேரிடர்களுக்கு, உணவு சேகரிப்பது, மருத்துவ மூலிகைகளை அடையாளம் காட்டுவது மிக முக்கியமாக வழியில் கடக்கும் பழங்குடி இனத்தவர்கள். இவளுடன் செல்லும் ஆங்கிலேயர்களைத் தாக்கி கொல்லாமல் நம்பிக்கை கொள்வார்கள் எனக் கருதப்பட்டது.

மேலும் இரு மொழி அறிந்தபடியால், மொழிபெயர்ப்புக்குத் துணையாகும் என்றும் எண்ணப்பட்டது. வழிநெடுக... கல்வியறிவு இல்லாத காட்டுமிராண்டிகள் என்று வர்ணிக்கப்பட்ட பழங்குடி இளம்பெண் வழிநடத்திச் சென்றாள், பசிபிக் மாக்கடலை மேற்குலகம் காண்பதற்கு.

கடுமையான குளிரிலும், பனிப்பொழிவிலும், வெள்ளப்பெருக்கிலும், உணவுப் பற்றாக்குறையிலும் பச்சிளம் குழந்தையுடன் கணவனுடன் குழுவுடன் தொடர்ந்து இரண்டு வருடங்கள் பயணித்தாள். கண்கள் பனிக்க பனிக்க பிறந்த மண்ணை அடைந்தாள். தம்மின மக்களைக் கண்டு நெகிழ்ந்தாள்.

பெண் என்பவளை எப்போதும் சமூகம் வலிமையற்றவளாய், எளிதாய், ஒரு பொருளைக் கடத்துவதுபோல கடத்தி மனம், உடல் வருத்தி, துன்புறுத்தி வன்மம் தீர்க்கப் பார்க்கிறது.

ஆனால் அவளோ, நன்னயம் செய்துகொண்டு நறுமணம் வீசும் மலராய், இனிய இயற்கையோடு கை கோர்த்து இந்த மனிதகுலம் மண்ணில் நிலைக்க தன்னால் ஆனதையும் மீறி, சாத்தியமில்லாததையும் சாதிக்கும் மாண்புடையவளாய் இருக்கின்றாள்...

இதோ... நம் மண்ணில் மட்டும் என்ன மனமில்லா... மணமில்லா... மணங்களுக்கு பஞ்சமா என்ன? மகளைப் பெற்றவர் அவளின் மனமறிந்து, விருப்பமில்லாத திருமணத்தை அரசியல் காரணங்களுக்காக கட்டாயக் கல்யாணம் செய்யக்கூடாது அல்லது செய்யமாட்டேன் என்று உறுதிபட நின்றாலும், சுற்றியுள்ள ஊரும் உலகமும் எப்படி அவதூறு பேசுகிறது என்பதைக் காட்ட வருகிறது, புறத்திணையில் கூறப்படும் மகட்பாற் காஞ்சி என்னும் துறை.

நீளிடைக் கங்குல்
ராஜி வாஞ்சி

அதென்ன புறத்திணை?

புறம் என்பது காதல் என்ற அகவுணர்வைத் தவிர்த்து, மனித வாழ்வியல் விழுமியங்களான வீரம், ஈகை, புகழ், அறம் முதலியவற்றைக் கூறுவதாகும். இப் புறத்திணையின் பல்வேறு சூழல்களில் பாடப்பட்ட பாடல்களை வகைப்படுத்தி 'துறை' என்கின்றனர்.

அது சரி. மகட்பாற் காஞ்சி என்றால், தன் மகளை திருமணம் செய்ய பெண் கேட்டு, வலிமையான எதிரி மன்னன் போர் தொடுத்து வந்தாலும், துணிந்து நின்று மறுத்துக் கூறுவதை 'மகட்பாற் காஞ்சி' என்கிறது, சங்க இலக்கியத்திற்கு இலக்கணம் வகுத்த நூல்கள்.

இப்போது, மகட்பாற் காஞ்சி பாடலுக்குப் போவோம்.

பெண் கேட்டு வரும் மன்னனுக்கு மறுப்புக் கூறும் பொழுது போர் விளையும் சூழல் உருவாகிறது. அதனால் ஊர் அழிந்து விடும் நிலை ஏற்படுகிறது. அதனால் அந்தப் பெண் தூற்றப்படுகிறாள். (அவள் பிறக்காமலே இருந்திருக்கலாம் என்று பாடல் பேசுகிறது)

அவளின் அழகு தூற்றப்படுகிறது. அவளின் அழகானது, எவ்வாறு ஒரு மரத்தில் ஏற்படும் தீப்பொறி அந்த மரத்தையே அழித்து விடுமோ அதுபோல் அவள் வாழும் ஊருக்கு, அவள் அழகு ஒரு தீயாக மாறி அழித்து விடப் போகிறது என்கிறது மற்றொரு பாடல்.

இன்னும் ஒரு படி மேலே செல்கிறது, புறநானூற்றுப் பாடல் 336.

அவள் தந்தையை ஏசி விட்டு, ஊருக்குள் போர்ச்சூழல் தோன்றும் அறிகுறிகள் பார்த்து கலங்கி தாயையும் பழித்து இடித்துரைக்கிறது.

'வேட்ட வேந்தனும் வெஞ்சினத் தினனே;
கடவன கழிப்புஇவள் தந்தையும் செய்யான்' *(புற. 336)*

பெண் கேட்டு வந்துள்ள வேந்தனும் வெகுண்டு சினப்பவன். பெண்ணின் தந்தையோ, காலத்தில் மணம் செய்து தர வேண்டும் என்ற கடமையைச் செய்யவில்லை என்று ஊர் ஏசுகிறது.

'களிறும் கடிமரம் சேரா; சேர்ந்த
ஒளிறுவேல் மறவரும் வாய்மூழ்த் தனரே' *(புற. 336)*

யானைகள் கட்டுத்தறியில் கட்டப்படவில்லை. வேல் தூங்கிய வீரர்கள் வாயைத் திறந்து பேசாமல் வலம் வருகின்றனர் என்பது, ஊரில் நிலவும் இறுக்கமான சூழலைக் கூறவருகிறது.

'அறியாப் பல்லியம் கறங்க,
அன்னோ, பெரும்பே துற்றன்று, இவ் வருங்கடி மூதூர்' *(புற. 336)*

பெயர் அறியா பலவிதமான இசைக்கருவிகள் இசைப்பதை, அரிய காவலையுடைய பழமையான இந்த ஊர் கேட்கும்படி ஆயிற்று. போர் வந்து அழிந்துபடுமோ என்று பதைக்கும் மக்கள். இப்போது ஊர், மகளைப் பெற்ற தாயின் பக்கம் திரும்பி,

'அறன்இலன்', அறம் இல்லாதவள் என்று பழிக்கத் தொடங்குகிறது.

போரின் பாதிப்புகளை நினைக்க நினைக்க நிலைகொள்ளாது தவிக்கத் தொடங்கிய ஊர் மக்கள், பெண்ணின் அழகையும் கூறி , பெண்ணின் தாயை சாடுவதைக் கேளுங்கள்.

'பகைவளர்த்து இருந்த இப் பண்புஇல் தாயே' *(புற. 336)*

வேந்தனின் பகை வளரக் காரணமாகிப் போன இந்தத் தாய், பண்பில்லாதவள். இவள் மகளின்பொருட்டு ஊர் அழிந்துபட்டு என்னாகுமோ என ஆற்றாமையால் பேசுகின்றனர்.

இதற்கடுத்த பாடலும் இத்தகைய சூழலையே கூறுகிறது. பெண் தர மறுக்கப்பட்ட சினத்தில் வேந்தர்கள், அவ்வூரிலேயே பாடி வீடமைத்து போருக்கான ஆயத்தங்களைச் செய்கின்றனர்.

யானைகளை மரங்களில் பிணித்து கட்டி வைத்ததால் அவை, மரங்களை அசைத்து அசைத்து மரங்களின் வேர்கள் வெளிக் கிளம்புகின்றன என்று விவரிக்கின்றது.

புறநானூற்றில் 348ஆம் பாடல், 'இந்தப் பெண் பிறக்காமலே இருந்திருக்கலாம். இவளால் ஊருக்குத் தாங்க முடியாத இடர்கள் வருகின்றனவே' எனப் புலம்பித் தவிக்கிறது.

நீளிடைக் கங்குல்

'இவ்வூருக்கு இவளொரு அணங்குபோல் ஆனாளே' என்று அரற்றுவதே, புறநானூற்றில் 349ஆம் பாடலாய் அமைந்துள்ளது.

புறம் 350ஆம் பாடல், போருக்கான ஆயத்தத்தில் அழிந்துபட்ட அகழி மற்றும் மதிற்சுவரின் நிலைகண்டு 'இன்னும் என்னவாகுமோ' என்று வருந்துகிறது.

இன்னும் சில பாடல்கள், போர்க்கோலம் கொண்டதால் படைக்கருவிகளால் நிலம் நெளியத் தொடங்கியது. ஊரில் நீர்நிலைகள் கலங்கின. யானைகள் கட்டியதால் சோலையிலுள்ள மரங்கள் நிலைகுலைந்தன. தெருக்களில் அலைந்து திரியும் குதிரைகளாலும் தேர்களாலும் ஊரின் பாதைகள் எல்லாம் உருமாறி, புழுதியால் நிரம்பின என கதை கூறி வருகின்றன.

ஒரு பெண்ணின் திருமணம் என்பது, அவளின் தனிப்பட்ட விருப்பு, வெறுப்பு என்பதைத் தாண்டி, அவள் சார்ந்திருக்கும் சமூகத்தின் தலையீடு என்பது தவிர்க்க முடியாத ஒன்றாக காட்டப்பட்டுள்ளது.

அவள் குடும்பத்தார், கட்டாயக் கல்யாணத்திற்கு உடன்போகாமல் உறுதியாக நின்றால் கூட, ஊர்நலம் கருதி அவள், சினந்து சீறும் வேந்தனை மணக்க முன்வர வேண்டும் என்றும், அவளைப் பெற்ற தாயும் தந்தையும் அவளுக்கு அதை அறிவுறுத்த வேண்டும் என்பதாக ஒலிக்கின்றன இப் பாடல்கள். அதற்கு மாறுபடும் சூழலில், அச் சமூகம் அவர்களையும் பழி தூற்றவும் தயங்கவில்லை.

அதுவும் அந்தப் பெண், அவள் வாழும் இனத்தலைவனின் மகளாக இருக்கும் நிலையில், அவளின் தனிப்பட்ட வாழ்க்கை என்பதே மறுக்கப்பட்டு ஊரின் நலனே முதன்மையாகிறது.

வலிமைமிக்க ஆதிக்கக் குழு அவளின் வாழ்க்கையையும் பேரிடராக்கி, அவள் சார்ந்திருக்கும் சமூகத்தின் மொத்த வாழ்வியலையும் பேரிடருக்கு உள்ளாக்குவது ஓர் உன்மத்த நிலையின்றி வேறென்ன?

இன்று, நேற்றல்ல... இரண்டாயிரம் ஆண்டுகளுக்கு முற்பட்ட சங்க காலத்திலும் இருந்துள்ளது என்பதற்குச் சான்று தான் மகட்பாற் காஞ்சிப் பாடல்கள்.

நீளிடைக் கங்குல்

*1600*ஆம் ஆண்டுகளின் தொடக்கத்தில், அமெரிக்கா என்று அறியப்படாத நிலையிலும், இந்த அவலம் இருந்துள்ளது. அதற்கு அழியா சாட்சியானாள், போகஹன்டஸ்.

*1800*களில், புதிய உலகம் என்று கொண்டாடப்பட்டு அமெரிக்கா என்று அறிந்த நிலையிலும் அதே காட்சிகள் அரங்கேறியுள்ளன. 'சகஜிவியா' சகலமும் துறந்து, சமூகம் நலம் பெற வழிகாட்டியானாள்.

சங்க மகளிர், எத்தனை எத்தனை பேர் சமூகம் காக்க, சுக துக்கம் மறைத்து, மறந்து மண்ணுலகு மாண்புற மணக்கோலம் என்னும் மாபெரும் தியாகத்தை ஏற்றனரோ? அதில் பாடலாய் காட்சியானவை எத்தனையோ? தேடிக் கண்டுபிடிக்க முடியாத தெருப் புழுதி போல் புழுவாய் மடிந்தவர் எத்தனை பேரோ?

சமூகத்தில், சமநிலை தவறும் தருணங்களில் எல்லாம், பெண்களின் வாழ்க்கை தான் முதலில் தலையை இழக்கும் பலிகடா ஆகிறது. இல்லையில்லை, அனேக நேரங்களில் ஆக்கப்படுகிறது.

இல்லையென்று உரத்துச் சொல்ல முடிகிறதா?
நீர் உரை மின்!

✵ ✵ ✵

மேற்கோள்களுக்கும் மேலதிக விபரங்களுக்கும் உதவிய தரவுகள் :

Sanagacholai.in
http://www.muthukamalam.com/
http://thanjaimaaran.blogspot.com/2014/12/blog-post_29.html
https://sangambyphone.wordpress.com/
http://puram400.blogspot.com/
http://nallakurunthokai.blogspot.com/2015/09/blog-post_10.html
https://www.tamilmalarnews.com/%E0%AE%86%E0%AE%B5%E0%AF%81%E0%AE%B0%E0%AF%88%E0%AE%9E%E0%AF%8D%E0%AE%9A%E0%AF%81-%E0%AE%95%E0%AE%B2%E0%AF%8D/
www.dinamalar.com
https://www.dinamani.com/
http://drsivaramakrishnan.blogspot.com/2017/05/blog-post_15.html?m=1
https://indiancountrytoday.com/archive/the-true-story-of-pocahontas-historical-myths-versus-sad-reality-WRzmVMu47E6Guz0LudQ3QQ
http://tamilagam52.blogspot.com/2018/11/blog-post_18.html

2020	படைப்பு பதிப்பகம் வெளியீடுகள்
	1. இடரினும் தளரினும் - விக்ரமாதித்யன் 2. கன்னத்துப்பூச்சி - மணி சண்முகம் 3. நிறமி - ஆண்டன் பெனி 4. யமுனா என்றொரு வனம் - ஆண்டன் பெனி 5. காலநதி - ஆரூர் தமிழ்நாடன் 6. என்மனார் புலவர் - கரிகாலன் 7. தேநீரைக் கைதொழுதல் - மணி சண்முகம் 8. பெருஞ்சொல்லின் குடல் - மா.காளிதாஸ் 9. கவிதை அனுபவம் - இந்திரன் | வ.ஐ.ச.ஜெயபாலன் 10. புத்தனின் கடைசி முத்தம் - லக்ஷ்மி 11. நீந்தத் தெரியாத அய்யனார் குதிரை - வீ கதிரவன் 12. நோம் என் நெஞ்சே - கரிகாலன் 13. உதிர் நிழல் - கி.கவியரசன் 14. தனிமை நாட்கள் - பிரபுசங்கர் க 15. சிப்ஸ் உதிர் காலம் - கவிஜி 16. மணிப்பயல் கவிதைகள் - மணி அமரன் 17. கார்முகி - கோபி சேகுவேரா 18. சைகைக் கூத்தன் - முகமது பாட்சா 19. பொய்மசியின் மிச்சம் - மதுசூதன் 20. ஆ காட்டு - மு.முபாரக் 21. முழு இரவின் கடைசித் துளி - ப.தனஞ்ஜெயன் 22. புத்தன் மீன் வளர்க்க ஆசைப்படுகிறான் - வழிப்போக்கன் 23. யாயும் ஞாயும் - ஜே.ஜே.அனிட்டா

படைப்பு பதிப்பகம் வெளியீடுகள்

2020

24. THE LIBERATION SONG OF A WOMENS BODY - Dr.NaliniDevi
25. கெணத்து வெயிலு - காதலாரா
26. காலாதீதத்தின் சுழல் - ரத்னா வெங்கட்
27. பெண் பறவைகளின் மரம் - மதுரா (தேன்மொழி ராஜகோபால்)
28. நட்ட கல்லும் பேசுமோ - பிரேமபிரபா
29. நீ துளையிட்ட எனது புல்லாங்குழல் - ஜின்னா அஸ்மி
30. நான் உன்னுடைய துறவி - தி.கலையரசி
31. பழுத்த இலையின் அடுத்த நொடி - குமார் சேகரன்
32. நீளிடைக் கங்குல் - ராஜி வாஞ்சி
33. மைனாவை பேசச்சொல்லிக் கேட்பவர்கள் - ஜின்னா அஸ்மி (படைப்பு மின்னிதழ்களில் வந்த கவிதைகளின் தொகுப்பு)
34. 64 கட்டங்களில் தனித்திருக்கும் ராணி - ஷெண்பா
35. பச்சையம் என்பது பச்சை ரத்தம் - பிருந்தா சாரதி
36. ஏவாளின் பற்கள் - காயத்ரி ராஜசேகர்
37. உன் கிளையில் என் கூடு - கனகா பாலன்
38. கீரக்காரம்மா - முத்து விஜயன்
39. அக்கை - அழ ரஜினிகாந்தன்
40. அம்மே - சலீம் கான் (சகா)
41. ஹைக்கூ தூண்டிலில் ஜென் - கோ.லீலா
42. வாவ் சிக்னல் - ராம்பிரசாத்
43. புரவிக் காதலன் - 14 எழுத்தாளர்கள்
44. குடையற்றவனின் மழை - கா.அமீர்ஜான்
45. நெடுநல் இரவு - மௌனன் யாத்ரிகா

	படைப்பு பதிப்பகம் வெளியீடுகள்
2019	1. நம் காலத்துக் கவிதை - விக்ரமாதித்யன் 2. ஆரிகாமி வனம் - முகமது பாட்சா 3. எறும்பு முட்டுது யானை சாயுது - கவிஜி 4. சொல் எனும் வெண்புறா - மதுரா (தேன்மொழி ராஜகோபால்) 5. யாவுமே உன் சாயல் - காயத்ரி ராஜசேகர் 6. நீர்ப்பறவையின் எதிரலைகள் - குமரேசன் கிருஷ்ணன் 7. பொலம்படை கலிமா - ஜோசப் ஜூலியஸ் 8. நீ பிடித்த திமிர் - அகதா 9. இசைதலின் திறவு - ஜானு இந்து 10. மறை நீர் - கோ. லீலா 11. தேநீர் கடைக்காரரின் திரவ ஓவியம் - பிரபு சங்கர். க 12. எரியும் மூங்கில் இசைக்கும் நெருப்பு - நடன. சந்திரமோகன் 13. வேர்த்திரள் - சலீம் கான் (சகா) (பரிசுப்போட்டிக்கு வந்த கவிதைகளின் தொகுப்பு) 14. வான்காவின் சுவர் - ஜின்னா அஸ்மி (படைப்பு மின்னிதழ்களில் வந்த கவிதைகளின் தொகுப்பு) 15. இருளும் ஒளியும் - பிருந்தா சாரதி
2018	1. நீர் வீதி - ஜின்னா அஸ்மி (படைப்பு மின்னிதழ்களில் வந்த கவிதைகளின் தொகுப்பு) 2. பாதங்களால் நிறையும் வீடு - ஜின்னா அஸ்மி (பரிசுப்போட்டிக்கு வந்த கவிதைகளின் தொகுப்பு) 3. உயிர்த்திசை - சலீம் கான் (சகா) (பரிசுப்போட்டிக்கு வந்த கவிதைகளின் தொகுப்பு) 4. வெட்கச் சலனம் - அகராதி 5. சிண்ட்ரெல்லாவின் தூரிகை - குறிஞ்சி நாடன் 6. அசோகவனம் செல்லும் கடைசி ரயில் - அகதா 7. என் தெருவில் வெஸ்ட் மினிஸ்டர் பாலம் - கோ. ஸ்ரீதரன் 8. அஞ்சல மவன் - கட்டாரி 9. கடவுள் மறந்த கடவுச்சொல் - ஜின்னா அஸ்மி 10. கை நழுவும் கண்ணாடிக் குடுவை - கவி விஜய்
2017	1. மௌனம் திறக்கும் கதவு - ஜின்னா அஸ்மி (படைப்பு மின்னிதழ்களில் வந்த கவிதைகளின் தொகுப்பு) 2. நதிக்கரை ஞாபகங்கள் - ஜின்னா அஸ்மி (பரிசுப்போட்டிக்கு வந்த கவிதைகளின் தொகுப்பு) 3. உடையாத நீர்க்குமிழி - ஜின்னா அஸ்மி (பரிசுப்போட்டிக்கு வந்த கவிதைகளின் தொகுப்பு) 4. இந்தப் பூமிக்கு வானம் வேறு - ஆண்டன் பெனி 5. நிலவு சிதறாத வெளி - காடன் (சுஜய் ரகு) 6. இலைக்கு உதிரும் நிலம் - முருகன். சுந்தரபாண்டியன் 7. நிசப்தங்களின் நாட்குறிப்பு - குமரேசன் கிருஷ்ணன் 8. நினைவிலிருந்து எரியும் மெழுகு - ஆனந்தி ராமகிருஷ்ணன்